கவிதா அன்புசெல்வன்

Made with ♥ on the Notion Press Platform
www.notionpress.com

பொருளடக்கம்

முன்னுரை v

முகவுரை vii

1. அத்தியாயம் 1 1
2. அத்தியாயம் 2 9
3. அத்தியாயம் 3 17
4. அத்தியாயம் 4 25
5. அத்தியாயம் 5 32
6. அத்தியாயம் 6 39
7. அத்தியாயம் 7 47
8. அத்தியாயம் 8 55
9. அத்தியாயம் 9 63
10. அத்தியாயம் 10 70
11. அத்தியாயம் 11 78
12. அத்தியாயம் 12 86
13. அத்தியாயம் 13 93

முன்னுரை

என் பெயர் கவிதா. நான் கவிதா அன்புசெல்வன் என்கிற பெயரில் நாவல்கள் எழுதி வருகிறேன். இதுவரை இருபத்து ஐந்திற்கும் பக்கமான நாவல்களை எழுதி உள்ளேன். என்னுடைய கதைகள் புத்தகமாகவும், மாதநாவல்களாகவும், அமேசான் கிண்டிலில் மின் நூல்களாகவும் உள்ளது. புத்தகம் வாசிப்பது எனக்கு விருப்பமான ஒன்று

முகவுரை

முகூர்த்த நேரம் நெருங்க மாப்பிள்ளையும் பெண்ணும் மணமேடையில் அமர்ந்திருக்க, அவர்கள் பின்னாடி மொத்தக் குடும்பமும் நின்றிருந்தது.

முகூர்த்த நேரத்தில் ஐயர் தாலியை எடுத்துக் கொடுக்க, மந்திரங்களும் வாத்தியங்களும் முழங்க, மைக்ரோ செகண்டில் தாலி கைமாறியது. அந்த குடும்ப உறுப்பினர்களைச் சுற்றி இளைஞர் பட்டாளமே நின்றது.

எப்படி எங்கிருந்து வந்தார்கள் என்று சுதாரிக்கும் முன்பு,
அந்தக் கைமாறிய தாலி யாழ்நிலா கழுத்தில் ஏறியது, அதைக் கட்டியவன் மிதுன் இல்லை சித்தார்த்.

கண்ணிமைக்கும் நேரத்தில் என்ன நடந்தது, நடக்குது என்று எதுவுமே புரியாமல் சுதாரிக்கும் முன்பு எல்லாம் நடத்திக் காட்டி விட்டான் சித்தார்த்.

தாலி கழுத்தில் ஏறும் போது யாழ் நிமிர்ந்து பார்த்தவள், விழிகள் இரண்டும் விரிந்து உரைந்து நின்று போனது.

1

அத்தியாயம் 1

சின்னச் சிட்டுக்கள் சிறகு விரிக்க, தொட்டுத் தழுவிடும் குளிர்காற்று மேனி எங்கும் கவிதை எழுதிட, அடிவானத்தில் இளம் சிவப்பு வட்டமிட, வீதி எங்கும் பூவாசம் வீச, ஆதவன் தன் பட்டுக் கரங்கள் கொண்டு அனைவரையும் அணைக்கத் தயாராகிக் கொண்டிருந்த இளங்காலைப் பொழுதில்.

ஊரே அதிகாலைப் பொழுதில் கிடைக்கும் சுகமான தூக்கத்தில் ஆழ்ந்திருக்க, அந்த வீதியில் மிகப்பெரிய வீடு என்று வியந்து பார்க்கும், அந்த வீட்டில் மட்டும் கூச்சலும் சலசலப்பும் இனிமையாகக் கேட்டுக் கொண்டிருந்தது.

"சித்ரா என் தங்கச்சிக்குத் தேவையானது எல்லாம் எடுத்து வெச்சுட்டியா? மறுபடியும் ஒரு முறை செக் பண்ணிரு" என்று பரபரப்புடன் கேட்டுக் கொண்டிருந்தான் விமல்.

"எல்லாம் இரண்டு நாளுக்கு முன்பாகவே எடுத்து வெச்சுட்டேன், நைட் ஒரு முறை செக் பண்ணிட்டேன். நீங்க டென்சனாகாம இருங்க" என்றாள் அவன் மனைவி சித்ரா அந்த வீட்டின் மூத்த மருமகள்.

"அண்ணா, அண்ணி எப்பவுமே பர்பெக்ட் உமன். நீங்க ஏன் இதுக்கெல்லாம் டென்சனாகறீங்க, வாங்க நாம போய் நம்ம வீட்டு இளவரசி என்ன பண்றான்னு பார்ப்போம்" என்றான் அந்த வீட்டின் இரண்டாவது மகன் வருண்.

"அப்படிங்கறையா? உங்க அண்ணிய நீ தான் மெச்சிக்கனும், செண்ட் பாட்டில் எடுத்து வைக்கச் சொன்னால் பவுடர் எடுத்து வைப்பாள். புளூ கலர் சர்ட் எடுக்கச் சொன்னால் பிங்கி கலர் சர்ட் எடுப்பாள்" என்றான் மனைவியை நோட்டம் விட்டுக் கொண்டே.

"அது அப்படி இல்லைங்க எனக்கு என்ன பிடிக்குமோ அதைத் தான் எடுத்து வைப்பேன்" என்றாள் சிரிப்புடன்.

"பார்டா இப்பவாவது என் தங்கச்சிக்குப் பிடிக்கிற மாதிரி எடுத்து வை. நான் தான் புருஷன் தலையெழுத்தேன்னு போட்டுக்கிட்டேன், என் தங்கச்சி அப்படி இருக்க மாட்டாள்" என்றான்.

"அதெல்லாம் நான் பாரத்துப்பேன், என்ன கொழுந்தனாரே அபி ரெடியாகிட்டாளா? மண்டபத்துக்கு போறக்கு நல்ல நேரம் போயிரப் போகுது" என்றாள்.

"நீ போய் அப்பா அம்மாவை வரச் சொல்லு, நாங்க என் தங்கச்சியைப் பார்க்கறோம்" என்று விமலும் வருணும், அந்த வீட்டில் அனைவருக்கும் செல்ல இளவரசியான யாழ் நிலா அறைக்குச் சென்றார்கள்.

அங்கே பியூட்டிசன் உதவியோடு வானத்துத் தேவதை இறங்கி வந்ததைப் போல் ஜொலித்தாள் யாழ்நிலா.

"அண்ணா நம்ம பப்பிமா பெரிய பொண்ணு மாதிரி எவ்வளவு அழகா இருக்கா" என்றான் வருண்.

அவளையே பார்த்துக் கொண்டிருந்த விமல், அவள் அருகில் சென்று அவள் முகத்தைப் பிடித்து, நெற்றியில் முத்தமிட்டு கண் கலங்க கையில் திருஷ்டி எடுத்தான்.

"என் செல்லம் கல்யாணம் பண்ணிப் போற இடத்தில் மகாராணி மாதிரி நீ வாழனும்" என்றான்.

அவளும் கலங்கிய விழிகளுடன், "அண்ணா உங்களை விட்டுட்டு நான் எப்படிப் போறது, நீங்கக் கல்யாணம் பண்ணித் துரத்தரதிலேயே குறியா இருக்கீங்க.

அண்ணா இன்னும் கொஞ்ச நாள் உங்க கூட இருக்கேனே, அதுக்குள்ள எதுக்குக் கல்யாணம்" என்று கடைசி முறையாகத் தன் பல்லவியைப் பாடினாள்.

"பப்பிமா எப்பப் பாரு இதே புலம்பல் தானா? நாளைக்கு இந்நேரம் உன் கழுத்தில் தாலி இருக்கும் இப்பவும் இதே தான் பேசுவியா?

நீ கவலைப்படாத பப்பிமா மாப்பிள்ளை யாரு நம்ம அத்தை பையன் தானே, உன் மேல எவ்வளவு ஆசை வெச்சிருக்கான். உன்னைக் கண்ணுக்குள்ள வெச்சுத் தாங்கப் போறான்.

கல்யாணத்துக்குப் பிறகும் நீ எவ்வளவு நாள் வேணாலும் நம்ம வீட்ல தங்கிக்கலாம் ஏன்னு கேட்க மாட்டான்.

உனக்கு எப்பப் புருஷன் வீட்டுக்குப் போகணும்னு தோணுதோ, அப்ப போய் கொஞ்ச நாள் இருந்துட்டு திரும்பவும் இங்கேயே வந்துரு.

அதுக்காகத் தான் உன்னைய நம்ப அத்தை பையனுக்கே கொடுக்கறோம். எல்லா விதத்தலையும் நமக்குத் தகுதியா, என் செல்லத் தங்கச்சிய எங்களை விடச் செல்லமா பார்த்துப்பான்" என்றான்.

அப்போது உள்ளே வந்த சித்ரா, "என்ன ரெண்டு பேரும் உங்க தங்கச்சி கிட்டப் பேசி முடிச்சிட்டீங்களா? சீக்கிரமா வாங்க அத்தையும் மாமாவும் காத்துகிட்டு

இருக்காங்க" என்றாள்.

இவர்கள் அனைவரும் செல்ல அங்கே உறவினர்களோடு, அவளுடைய அப்பாவும் அம்மாவும் தயாராக இருந்தார்கள்.

"எல்லார் காலிலும் விழுந்து கும்பிடு பப்பிமா" என்றாள் சித்ரா.

எல்லார் காலில் விழுந்து கும்பிட்டு, அவள் அண்ணன் அப்பா அம்மா எல்லாரையும் கட்டிக் கொண்டு ஒரு மூச்சு அழுதாள்.

"பப்பிமா இதோட சரி மண்டபத்துக்கு போய் நீ கண்கலங்கக் கூடாது, அது என் தங்கச்சிக்கு வருத்தமா இருக்கும் சரியா?" என்றார் அவளுடைய அப்பா பிரகாஷ்.

"ஆமாம் பப்பிமா மிதுன் மாதிரி ஒரு மாப்பிள்ளை கிடைக்கும் போது, உன் கண்ணில் இருந்து ஒரு சொட்டுக் கண்ணீர் கூட வெளியேறக் கூடாது" என்று கண்ணீரைத் துடைத்து விட்டார் அவளுடைய அம்மா.

பின் உறவுக்காரர்கள், அம்மா, அப்பா, அண்ணன், அண்ணி, அவர்கள் குழந்தை என்று அனைவருடனும் சேர்ந்து மண்டபத்திற்குக் கிளம்பினார்கள்.

அவர்கள் மண்டபம் போய்ச் சேர்வதற்குள் அவர்களைப்பற்றி நாம் பார்த்து விடுவோம்.

பிரகாஷ் வசந்தி தம்பதிக்கு இரண்டு மகன்கள், ஒரு மகள். மூத்தவன் விமல், அவன் மனைவி சித்ரா அவர்களின் பையன் சஞ்சய்.

இரண்டாவது பையன் வருண், அவன் மனைவி அபிநயா அவர்களுக்கு அதிதி என்ற ஒரு பெண் குழந்தையும் உண்டு.

கடைக்குட்டி தான் நம் நாயகி யாழ்நிலா, அந்த வீட்டின் கடைக்குட்டி மட்டும் இல்லை எல்லோருக்கும் செல்லப் பெண்.

அப்பா அம்மா அண்ணன் அண்ணி என்ற அனைவரின் பாசத்தையும் ஒட்டுமொத்தமாகச் சம்பாதித்த சுட்டிப்பெண்.

செப்புச்சிலை போல மெருகேறி இருந்த அவள் அழகும், தங்கத்தை உருக்கி வார்த்தது போல நிறமும், கை தேர்ந்த சிற்பி செதுக்கியது போல் அழகான முகவெட்டும், ஆரஞ்சு பழச் சுளையைப் போல இதழ்களும், அதில் மாதுளம் பழத்தின் நிறமும் ஒருங்கே அமைந்த, அந்த யுவதியைப் பார்ப்பவர் கண்கள் மீட்க முடியாமல் திணறிப் போவார்கள்.

இரண்டு அண்ணிகளின் துணையுடன் மண்டபத்திற்குள் காலடி எடுத்து வைத்தாள் யாழ்நிலா.

மாப்பிள்ளை வீட்டுக்காரர்கள் அவர்களை எதிர்கொண்டு உள்ளே அழைத்துச் சென்றார்கள்.

"வாடி என் மருமகளே" என்று அவளைத் திருஷ்டி சுற்றினார் அவளுடைய அத்தை கலைச்செல்வி.

"அத்தை ரொம்ப சுத்தாதீங்க உங்களைக் கொடுமைப் படுத்தப் போறேன், அதுக்கு இப்படி ஒரு வரவேற்பா " என்று மிரட்டினாள் யாழ்நிலா.

"நீ கொடுமைப் படுத்திட்டாளும்" என்று சிரித்தவள், உள்ள கூட்டிப் போங்க என்று வழிவிட்டாள்.

மாப்பிள்ளை மிதுன் தன் நண்பர்கள் சூழ முகமெல்லாம் மகிழ்ச்சி ரேகை வட்டமிட, சந்தோசத்தின் மொத்த உருவமாகத் தன் மாமன் மகளை வரவேற்றான்.

அவனைப் பார்த்தும் பார்க்காமலும் தன் அண்ணிகளுடன் அவனைக் கடந்து சென்றாள் யாழ்நிலா.

அப்போதே உறவினர்கள் வர ஆரம்பித்திருந்தார்கள் சமையல் வேலை தடபுடலாக நடந்து கொண்டிருந்தது.

மணமேடை தயாராகிக் கொண்டிருந்தது, விமலும், வருணும் மணமேடைக்கருகே நின்று வாக்கு வாதம் பண்ணிக் கொண்டிருந்த, மாப்பிள்ளையின் அருகில் சென்று, "என்னாச்சு மிதுன்" என்று கேட்டார்கள்.

"விமல் மாலை வேற கொடுத்து விட்டிருக்காங்க, நான் பார்த்துச் சொன்னதே இல்லை, இப்படிக் கடைசி நேரத்தில் சொதப்பி வெச்சிருக்காங்க" என்று புலம்பினான்.

அவரைப் பிடித்துக் கொண்டான் விமல், "யோவ் எந்த மலையக் கொண்டு வந்திருக்கீங்க காட்டுங்க, நாங்க எல்லாம் வேலை மெனக்கெட்டு உங்களுக்கு டிசைன் பார்த்துச் சொல்றோம், நீங்க இப்படி பண்ணி வெச்சால்" என்று அவன் பங்குக்குத் திட்டினான்.

"சார் சார் மாலை மாறிப்போச்சு கடையில் தான் இருக்கும், இப்பவே போய் எடுத்து வந்து தந்து விடுகிறேன்" என்று அந்த வேலையால் பயத்துடன் கெஞ்சினான்.

"வருண் நீ இவரைக் காரில் கூட்டிப் போய் கையோடு மாலை வாங்கிட்டு வந்துரு, இனி சீர் ஆரம்பித்து விடுவாங்க நேரம் இருக்காது" என்றான்.

வருண் அவரோடு செல்ல, "இப்ப ஓகே வாடா சந்தோஷமா போ, எங்க வீட்டுக்கு மாப்பிள்ளைக்கு குறைவெச்சுருவோமா" என்றான் சிரிப்புடன் விமல்.

மிதுனும் சிரிக்க, "சரி வா" என்று இருவரும் மணமகன் அறைக்குச் சென்றார்கள்.

அடுத்தடுத்து அவர்களுக்கு நிற்க நேரமில்லாமல் கல்யாணச் சீர் உள்ளே இழுத்துக் கொள்ள ஓடியாடி ஓய்ந்து போனார்கள்.

முகூர்த்த நேரம் நெருங்க மாப்பிள்ளையும் பெண்ணும் மணமேடையில் அமர்ந்திருக்க, அவர்கள் பின்னாடி மொத்தக் குடும்பமும் நின்றிருந்தது.

முகூர்த்த நேரத்தில் ஐயர் தாலியை எடுத்துக் கொடுக்க, மந்திரங்களும் வாத்தியங்களும் முழங்க, மைக்ரோ செகண்டில் தாலி கைமாறியது. அந்த குடும்ப

உறுப்பினர்களைச் சுற்றி இளைஞர் பட்டாளமே நின்றது.

எப்படி எங்கிருந்து வந்தார்கள் என்று சுதாரிக்கும் முன்பு,

அந்தக் கைமாறிய தாலி யாழ்நிலா கழுத்தில் ஏறியது, அதைக் கட்டியவன் மிதுன் இல்லை சித்தார்த்.

கண்ணிமைக்கும் நேரத்தில் என்ன நடந்தது, நடக்குது என்று எதுவுமே புரியாமல் சுதாரிக்கும் முன்பு எல்லாம் நடத்திக் காட்டி விட்டான் சித்தார்த்.

தாலி கழுத்தில் ஏறும் போது யாழ் நிமிர்ந்து பார்த்தவள், விழிகள் இரண்டும் விரிந்து உரைந்து நின்று போனது.

மிதுன் அதிர்ந்து போய், "நீ யாருடா?" என்று சட்டையைப் பிடிக்க ஓங்கி அறைந்தான் சித்தார்த்.

அதிர்ந்து போய் நின்ற மொத்தக் குடும்பமும், சித்தார்த்தின் மேல் பாய அவர்களை அவனுடைய நண்பர்கள் பிடித்துக் கொண்டார்கள்.

பெண்கள் எல்லாம் யார் என்று தெரியாமல் பயத்துடன் விழிக்க, "ஆண்கள் டேய் எதுக்குடா இப்படி பண்ணுன" என்று கத்தினார்கள்.

இறுகிய முகத்துடன் முன்னாள் வந்தவன், "அவர்களை விடுங்கடா" என்றான். அவனுடைய நண்பர்கள் விட்டு விலகி நிற்க.

"உங்க பொண்ணைக் கல்யாணம் பண்ணி சந்தோஷமா அனுப்பி வைப்பீங்களா? அப்பறம் எங்க அக்காவை யார் பாரத்துக்குவா?

உங்க வீட்டில் இளவரசி கணக்கா வளர்த்துனீங்களே, இவ தான் இனி எங்க அக்காவைப் பார்த்துக்கனும். அவ்வளவு சீக்கிரத்தில் உங்களை சும்மா விட்ருவேன்னு நினைச்சீங்களா?" என்றான் அவன் குரல் கர்ணகொடூரமாக ஒலித்தது.

"அதான் கோர்ட்லயே எங்க அப்பா மேல தப்பில்லைன்னு நிரூப்பிச்சுட்டோமே, இன்னும் உனக்கு என்னடா வேணும் எதுக்கு என் தங்கச்சி வாழ்க்கையக் கெடுக்கற" என்று அவனை அடிக்க எட்டிப் பாய்ந்தான் விமல்.

அவன் கையை முறுக்கி பின்னாடி பிடித்துக் கொண்டான் சித்தார்த், வருண் அவன்மேல் பாய அசால்டாக தள்ளி விட்டான், அந்த ஆறடி உயரத்தில் ஆஜானுபாகுவான சித்தார்த்.

கீழே இருக்கும் உறவு கூட்டத்துக்கெல்லாம் மேலே என்ன நடக்குது என்று தெரியாமல் குழம்பி நின்றார்கள்.

பிரகாஷ் இரு கைகளையும் கூப்பி, "என் மேல் தவறு இல்லை சித்தார்த், அதுக்காக என் மகளை பழிவாங்கறது எந்த விதத்துலையும் ஞாயமில்லை.

பாவம் அவ பச்சை மண்ணு உன்னை மாதிரி ஒரு முரடனுக்கெல்லாம் அவ எந்த விதத்திலும் பொருத்தமில்லை அவளை விட்டுவிடு" என்றார் கண்ணீருடன்.

"நான் முரடன் தான் இந்த முரடன் கையில உங்க பொண்ணு படறபாட்டப் பார்க்கத்தானே போறீங்க" என்றான் எகத்தாளமாகச் சிரித்துக் கொண்டு.

"டேய் அவ எங்க மாமா பொண்ணு நான் விரும்பிய பொண்ணு, நீ யாருடா? நீ எதுக்குடா வந்து தாலி கட்டின" என்று அவனைக் கையைப் பிடிச்சு இழுத்துக் கேட்டான் மிதுன்.

"இந்த ஆட்டத்திலேயே நீ இல்ல ஓடிப் போயிரு, இது எனக்கும் அவர்களுக்கும் உள்ள பிரச்சனை. உன்ன நான் எதாவது பண்றதுக்குள்ள நீ" என்று சொன்னவன், அவன் கழுத்தைப் பிடிக்க வர, விமல் வருண் எல்லாரும் கத்தினார்கள், "அவனை விட்று அவனை விட்று" என்று.

கலைச்செல்வி தன் மகனைப் பிடித்து இழுத்துக் கொண்டவள், "அண்ணா இங்க என்ன நடக்குது இவன் யார்?" என்று கோபத்துடன் கேட்டாள்.

அதுவரை உறைந்து நின்ற யாழ்நிலா, தன் அண்ணன் இருவரையும் கட்டிக்கொண்டாள். "அண்ணா இவன் யாரு? உங்களுக்கு இதுக்கு முன்ன தெரியுமா? எதுக்கு இப்படி பண்ணினான்" என்று அவள் அழவும்.

இருவரும் அவளைத் தேற்றும் முயற்சியில் இறங்கினார்கள். "பப்பி மா ஒன்னும் இல்லடா, ஒன்னும் இல்ல, அழாத" என்று அணைத்து ஆறுதல் சொல்லவும்.

சித்தார்த் அவளை இழுத்து தன் பக்கத்தில் நிறுத்திக் கொண்டான். அவன் கட்டிய தாலி கழுத்தில் இருக்க, அந்த நேரத்தில் என்ன செய்வது என்று தெரியாமல் எல்லாரும் பதை பதைக்க.

பிரகாஷ் சித்தார்த்தின் பிடியில் இருந்த தன் மகளைத் தன்னிடம் இழுத்தவர், "தாலி கட்டினால் என் பொண்ணை உன் இஷ்டத்துக்கு ஆட்டி வைக்கலாம் என்று நினைக்கிறாயா? அதுக்கு வேற ஆளைப் பார்" என்றார் கோபத்துடன்.

"இந்த ஜென்மத்தில் உங்க பொண்ணுக்கு என்னைத் தவிர வேறு எவனும் புருஷனாக வரமுடியாது. ஒன்னு அவ எனக்குப் பொண்டாட்டியா இருக்கணும், இல்ல உயிரை விடனும் இதுதான் அவள் தலையெழுத்து" என்று தன் பக்கம் இழுக்க,

இதையெல்லாம் பார்த்துப் பொறுக்க முடியாத வனிதா, "இவர் யாரு உங்களுக்கு முன்னமே தெரியுமா? இவருக்கும் உங்களுக்கும் என்ன சம்பந்தம், எதுக்கு நம்ம பொண்ணு கழுத்தில் இவர் தாலி கட்டி இருக்கிறார்" என்று அடுக்கடுக்காகக் கேள்விகளைத் தன் கணவனிடம் கேட்க.

"அது எல்லாம் வீட்டில் போய் பேசிக்கலாம் முதல்ல நாம நம்ம பொண்ண இங்கிருந்து கூட்டிட்டு போகலாம்" என்றார்.

"என் பொண்டாட்டிய நீங்க எப்படிக் கூட்டிட்டுப் போவீங்க, எங்கே அவ மேல கை வச்சுப் பாருங்க பார்க்கலாம்" என்று திமிறிக் கொண்டு நின்றான் சித்தார்த்.

விமல், "அப்பா நாம போலீஸ்க்குப் போகலாம்" என்றான்.

மிதுனும் "ஆமாம் மாமா நான் போலீஸ்க்குப் போன் பண்றேன்" என்றான்.

"தாராளமா பண்ணுங்க நான் தாலி கட்டிட்டேன் இனி நான் டைவர்ஸ் கொடுத்தால் தான், உங்க பொண்ணுக்கு வேற கல்யாணம் பண்ண முடியும்.

நான் டைவர்ஸ் கொடுக்கணும்னு நீங்க கேஸ் ஃபைல் பண்ணினாலும், அவ என் கூட ஒரு வருஷம் ஒரே வீட்டில் இருந்தால் மட்டும்தான் டைவர்ஸ் கிடைக்-கும்.

இந்த ஒரு வருஷம் உங்க பொண்ணு என் கூடத்தான் இருந்தாகணும், எல்-லாம் மனசுல வச்சுக்கிட்டு என்ன பண்ணணுமோ அதைப் பண்ணுங்க. இதை எப்படி எதிர்த்து என் பக்கம் கொண்டு வரணும்னு எனக்குத் தெரியும்" என்றான்.

இதற்கு மேல் விட்டால் தன் பொண்ணு வாழ்க்கை வீணா போகும் என்று நினைத்த வனிதா, "தம்பி நீ யாருன்னு எனக்குத் தெரியலை, ஆனா என் பொண்ணு கழுத்தில் தாலி கட்டிட்ட, பிடித்துக் கட்டினியோ பிடிக்காம கட்டினியோ அவ உனக்கு மனைவி ஆகிட்டா.

அவளைச் சந்தோஷமா வச்சுக்கறேன்னு சொல்லுபா, எதுக்கு இப்படிப் பழி வாங்குற மாதிரி பேசுற, உங்க பொண்ணு உயிரோடு இருக்கிற வரை எனக்கு மட்-டும்தான் பொண்டாட்டியா இருக்கணும்னு சொன்ன.

அதே தான் உனக்கும் உன் உயிர் இருக்கும் வரை அவதான் உனக்குப் பொண்டாட்டி, அப்போ அவ கூடச் சந்தோஷமா குடும்பம் நடத்தரேன்னு சொல்லு, அதை விட்டுட்டு என்னென்னமோ பேசுற" என்றார்.

"அப்படிச் சந்தோசமா குடும்பம் நடத்துற மாதிரி உங்க வீட்டுக்காரர் நடந்துக்-களைமா.

உங்க வீட்டுக்காரரால் எங்க அக்கா இன்னைக்குப் பைத்தியமா இருக்கா, ஆனா உங்க வீட்டுப் பொண்ணு மட்டும் சந்தோசமா வாழனும் நினைக்கிறீர்களே, இது என்ன மாதிரி சுயநலம்" என்றான்.

வனிதா அதிர்ந்து போய்க் கணவரைத் திரும்பிப் பார்க்க, இரண்டு மருமகள்க-ளும் அதே பார்வையை மாமனாரின் மீது வீசினார்கள்.

யாழ்நிலா, "எங்க அப்பா எப்பவும் யாரையும் கஷ்டப்படுத்த மாட்டார், நீ சொல்வது அத்தனையும் பொய். யார் நம்பினாலும் நான் நம்ப மாட்டேன்" என்று வீரிட்டு அழுதாள்.

"பப்பிமா" என்று வாரி அணைத்துக் கொண்டார் பிரகாஷ்.

"உங்க அப்பா நல்லவன்னு நீ தான் சொல்லணும், உங்க அப்பா செஞ்ச பாவம் எங்க வீட்ல வந்து பாரு உனக்கே தெரியும்" என்றான் சித்தார்த்.

தன் கண்களைத் துடைத்துக் கொண்டவள், "எங்கப்பா எதுவும் செய்திருக்க மாட்டார், அது எனக்கு நல்லா தெரியும். ஆனாலும் அவர் பாவம் செய்தார்ன்னு நீ சொல்ற, அந்தப் பாவத்தைத் துடைக்க நான் உன்கூட வரேன்" என்றாள்.

விமலும் வருணும், பப்பிமா வேண்டாம் அவன் நல்லவன் இல்லை, ரொம்ப மோசம்" என்று கதற, மிதுன் "பப்பிமா உனக்கு நான் இருக்கேன், இந்தத் தாலியைக் கழட்டி போட்டுட்டு வா" என்றான்.

"என்னடா சொன்ன யார் கட்டின தாலிய யார் கழற்றது, அப்புறம் இங்கே ஒருத்தர் கழுத்தில் கூடத் தாலி இருக்காது ஞாபகம் வச்சுக்குங்க" என்று அவன் அதிகாரமாகச் சொன்னான்.

பயந்துபோன யாழ்நிலா, "இது என் வாழ்க்கை நான் அவனோடு வாழப்போறேன். இந்தப் பிரச்சனையை இப்படியே விட்ருங்க" என்று கதறி அழுதாள்.

மேடையில ஏதோ பிரச்சனை என்று ஒவ்வொருவராக மேடைக்கு வரவும், அவசரமாக முகத்தைத் துடைத்துக் கொண்ட யாழ்நிலா, அவன் பக்கத்தில் சிரித்த முகமாக நின்றாள்.

"என்ன பிரகாஷ் இங்கே என்ன நடக்குது" என்று எல்லோரும் கேட்க, அவர் என்ன பதில் சொல்வது என்று தெரியாமல் திணறிக் கொண்டு நிற்க.

"அது ஒண்ணுமில்லை பெரியவரே இந்தப் பொண்ணும் நானும் ரொம்ப நாளா காதலிக்கிறோம், அது தெரியாத இவங்க அப்பா சொந்தம் அப்படி இப்படின்னு கல்யாணம் பண்ணிக் கொடுக்கிறார்.

அதான் நாங்க ரெண்டு பேரும் கல்யாணம் பண்ணிகிட்டோம்" என்றான். அவர் அதிர்ந்து போய் பார்க்க, அவர் பின்னாடி நின்ற எல்லோரும் அதே அதிர்ச்சியுடன் பார்த்தார்கள்.

இவன் தாலி கட்டும் சமயம் அவனுடைய நண்பர்களும் சுற்றிலும் இருந்ததால், கீழே இருப்பவர்களுக்கு மேலே என்ன நடந்தது என்று தெரியவில்லை.

விமல், வருண், பிரகாஷ் மூன்று பேரும் தளர்ந்து போய் நிற்க, சித்திராவும், அபியும், யாழ்நிலா பக்கத்தில் போய் நின்றார்கள்.

"பப்பிமா" என்று அவள் கையை ஆதரவாகப் பிடிக்க, கண்ணீருடன் அவர்கள் தோளில் சாய்ந்து கொண்டாள்.

அந்தப் பெரியவர், இந்த காலத்து பொண்ணுங்களை எல்லாம் நம்பவே முடியல, என்னமோ எல்லாம் கடவுளுக்குத் தான் வெளிச்சம்" என்று சத்தமாகச் சொல்லிக் கொண்டே கீழே செல்லவும், அவரைத் தொடர்ந்து எல்லோரும் கீழே சென்றார்கள்.

கொஞ்ச நேரத்தில் மண்டபம் முழுவதும் கிசுகிசு என்ற பேச்சுகள் சலசலத்தது.

சித்தார்த் அவள் கையைப் பிடித்து இழுத்துக்கொண்டு செல்ல, ஏக்கத்துடன் தன் குடும்பத்தைப் பார்த்துக் கொண்டே சென்றாள் அந்தப் பேதைப் பெண்

சித்தார்த்தை தடுக்கப் போனவர்களை வேண்டாம் என்று தடுத்து விட்டாள் வனிதா. அம்மா என்று விமலும் வருணும் கோபத்துடன் சண்டையிட, வீட்ல போய் பேசிக்கலாம் என்று முடித்துக் கொண்டாள்.

2

அத்தியாயம் 2

பிரகாஷ் தளர்ந்து போய் ஷோபாவில் அமர்ந்திருந்தார். அவர் முகத்தில் வேதனை அப்பிக் கிடந்தது அவரின் கலங்கிய கண்களைப் பார்த்த வசந்தி,

"என்ன தான் நடந்தது சொல்லுங்க அந்தப் பையன் யாரு? எதுக்காக நம்ம பொண்ணு வாழ்க்கையக் கெடுத்தான். இப்ப பப்பிமா அவன் கையில் சிக்கிக்கிட்டு என்ன கஷ்டப்படறாளோ? என்று தன் கணவனின் சட்டையைப் பிடித்து உலுக்கி-யபடி கதறி அழுதாள்.

மிதுன் ஒரு பக்கம் தாங்க முடியாத வேதனையைச் சுமந்து கொண்டு அமர்ந்-திருந்தவன், தன் அத்தை கேட்டதும் அவனும் சென்று, "ஏன் மாமா இப்படி பண்-ணுனீங்க.

நீங்க எப்படியாவது பப்பிமாவை கூட்டிட்டு வந்திருக்கனும், நான் அவமேல உயிரையே வெச்சிருந்தேன், இப்படி பண்ணிட்டீங்களே" என்று கண்ணீருடன் கேட்டான்.

தன் மகனின் கண்ணீரைத் தாங்க முடியாத கலைச்செல்வி, "அண்ணா அவன் கேக்கறக்குப் பதில் சொல்லுங்க. உங்களால் எல்லாரோட நிம்மதியும் போச்சு, என்ன தான் நடந்துச்சு நம்ம பப்பிமாவை கூட்டிட்டு வர ஏற்பாடு பண்றீங்களா?" என்றாள் கோபத்துடன்.

அதற்குள் இரு மருமகள்களும், "எப்படி மாமா உங்களால் இப்படி இருக்க முடியுது. பாவம் நம்ம பப்பிமா எதையாவது பண்ணி அவளைக் கூட்டி வரும் வழியைப் பாருங்க" என்றார்கள் கலங்கிப் போன குரலில்.

மெத்தை வாசல் படியில் அமர்ந்திருந்த விமலும் வருணும், தன் அப்பா என்ன முடிவெடுப்பாரோ என்று அவரையே பார்த்துக் கொண்டிருந்தார்கள்.

ஆழ்ந்து தன் சுவாசத்தைப் பெருமூச்சாக வெளியிட்டவர், "இந்தப் பேச்சை இதோடு விட்ருங்க.

அந்த வீட்டில் பப்பிமா மட்டும் இல்லை, இன்னும் நிறையப் பேர் இருக்காங்க. அவ்வளவு எளிதா நம்ம பப்பிமாவை எதுவும் பண்ணிட மாட்டான்.

பப்பிமாவுக்கும் இதை எல்லாம் சமாளிக்க கூடிய தைரியமும் துணிச்சலும் இருக்கு.

நான் எதுவும் செய்யலைனாலும் என்னால் தான் பாதிக்கப்பட்டதாக நினைக்கிறான். இதிலாவது அவன் ஆறுதல் அடைந்தாள் சந்தோஷம் தான்" என்று சொல்லி விட்டு விருட்டென்று எழுந்து உள்ளே சென்று விட்டார்.

விமலும் வருணும் கோபத்தை மாடிப்படி கம்பியில் காட்டினார்கள்.

வசந்தி, சித்ரா, அபிநயா மூன்று பேரும் விக்கித்து நின்றார்கள் என்றால், மிதுனும் கலைச்செல்வியும் கோபத்துடன் அங்கிருந்து கிளம்பினார்கள்.

இதை எல்லாம் காதிலே வாங்காமல் அவர்களின் குழந்தைகள் அதிதி, சஞ்சய், இரண்டு பேரும் விளையாடிக் கொண்டிருந்தார்கள்.

சித்தார்த்தையும் யாழ்நிலாவையும் சுமந்து கொண்டு அந்தக் கார் மலைகளின் இளவரசியான கொடைக்கானலுக்குச் சென்றது.

இவர்கள் செல்லும் நேரத்தில் அந்த இடமெல்லாம் பலத்த மழை பெய்ததற்கான அறிகுறியும், இப்போது லேசான தூறலும் விழுந்து கொண்டிருந்தது.

அந்தச் சில்லென்ற குளிர்காற்று அவள் மேனியைச் சிலிர்க்கச் செய்தது. கொஞ்ச நேரத்திற்கு முன்பு தன் விருப்பம் இல்லாமல் தாலி கட்டின கணவனை ஏறெடுத்தும் பார்க்காமல், தன் பார்வையை வெளியில் பரவவிட்டவளுக்கு அந்த இடம் மனசுக்குக் கொஞ்சம் இதமாக இருந்தது.

அவளைத் திரும்பிப் பார்த்த சித்தார்த்திற்கு, அன்று காலை வரை ரொம்ப வருஷப் பகையாளியின் மகள், இவ்வளவு அழக்காக இருப்பாள் என்பதைக் கற்பனையில் கூட எண்ணியிருக்கவில்லை.

அவன் மனதில் இந்த ஆளுக்கு இப்படி ஒரு பொண்ணா என்று தான் நினைத்தான். தாலிகட்டும் அவள் விழி உயர்த்திப் பார்க்க, இவன் அவளின் சாசர் போன்று விரிந்த விழியில் நொடியில் தன்னை இழந்து பின் சுதாரித்து மீண்டவன், அவளை முழுசாகப் பார்த்ததும் தன்னையும் அறியாமல் அவன் உடம்பு முழுவதும் சிலிர்த்து அடங்கியது.

இதுவரை அனுபவித்திராத ஒரு உணர்வு அவனை ஆக்கிரமித்து அலைபோல் அடித்துச் சென்றது. அதிலிருந்து மீண்டு தன் பகையை நிலைநாட்டுவதற்குள் வெகுவாகச் சிரமப்பட்டுப் போனான்.

இப்போதும் கோல்டன் கலர் பட்டுப் புடவையில், தலைநிறைய மல்லிகைப் பூ, கழுத்து நிறைய நகை ஒட்டியானம் என்று இந்த லோகத்துப் பெண் போல் இல்லாமல், ஏதோ தேவலோகத்திலிருந்து இறங்கி வந்தவளைப் போல இருந்தாள்.

இந்த அதிர்ச்சியிலிருந்து வெளிவர அவன் அவனிடமே போராடிக் கொண்டிருந்தான். அதனால் தான் பேசாமல் அமைதியாகவே வந்தான்.

இதே அமைதியுடன் கொஞ்ச தூரம் சென்றதும் தன் தடுமாற்றத்திலிருந்து மீண்டிருந்தவன், "என்னடி கொஞ்சம் கூடக் கவலை இல்லாமல் ஏதோ உன்னைத் தேனிலவுக்கு கூட்டிட்டுப் போற மாதிரி சந்தோஷமா வர" என்றான்.

அவனைத் திரும்பி முறைத்தவள், "என்னை எங்க குடும்பத்து சம்மதத்துடன் கல்யாணம் பண்ணி தேனிலவு கூட்டிட்டு போறளவுக்கு நீ நல்லவனும் இல்லை, உன் கூடத் தேனிலவு வர எனக்குப் பைத்தியமும் பிடிக்கலை" என்றாள் துடுக்காக.

"அப்போ நான் பைத்தியம் என்னோடு ஒரு பைத்தியக்காரி தான் தேனிலவு வருவான்னு சொல்ல உனக்கு எவ்வளவு துணிச்சல் இருக்கனும்.

உனக்கு இருக்குடி அவ்வளவு சீக்கிரம் நீ என்கிட்ட இருந்து தப்பிச்சர முடியாது. நரகம் எப்படி இருக்கும்ன்னு பார்க்கத்தானே போற" என்றான் எரிச்சலுடன்.

"அது எனக்குத் தான் தெரியுமே. நீ இருக்கிற இடம் சொர்க்கமாகவா இருக்கும், நரகமாகத் தான் இருக்கும். இதுல நீ வேற தனியா பெருமை பீத்திக்க வேண்டாம்" என்றாள்.

"ஏய்" என்று அவளை அடிக்க கை ஓங்கியவன், அவள் பயத்துடன் கார் கதவில் ஒட்டிக் கொள்ளவும், "அவ்வளவு பயம் இருக்கல்ல அப்பறம் எதுக்கு இப்படி பேசனும்" என்றான்.

"எனக்குப் பயமெல்லாம் இல்லை. உன் கை என் மேல படுவதை நான் விரும்பலை" என்று முகத்தை அஷ்ட கோணலாக்கிக் கொண்டு சொன்னாள்.

சித்தார்த் கோபத்துடன் காரை ஓரமாக நிறுத்தி விட்டு, "என்னடி சொன்ன என் கை உன்மேல் படறதை நீ விரும்பலையா?" என்றவன்,

அவளை இழுத்து தன் அணைப்பிற்குள் கொண்டு வந்தவன், அவள் இதழைத் தன் இதழ் கொண்டு அணைத்து அந்த மென்மையான இடத்தில் தன் வன்மையான தடத்தைப் பதித்தான்.

நொடியில் கோபம் தாபமாக மாறி அவனை இழுத்துச் செல்ல, அவளால் வேகமாகத் தள்ளப்பட்டான்.

தன் ஆசை தடைப்படவும் கோபத்துடன், "என்னடி" என்றான்.

அவள் கண்கள் கலங்கிப் போய் முகம் முழுவதும் ரத்தச் சிவப்பாக இருந்தது, உதட்டில் ரத்தம் கசிந்து கொண்டிருந்தது.

உடல் கூனிக் குறுகி தன்னைப் பந்து போல் சுருட்டிக் கொண்டு, தன் மொத்தப் பலவீனத்தையும் அவனிடம் காட்டிக் கொண்டிருந்தாள்.

"சே" என்று கோபத்துடன் ஸ்டேரிங்கை ஓங்கி அடித்தவன், காரை வேகமாகப் பறக்க விட்டான்.

யாழ்நிலா அழுது கொண்டிருந்தாள் இவனோடு வரும் போது துணிச்சலாக வந்தவள், இவன் கைப்பட்டதும் தான் தன்னை இந்த விதத்தில் கூட டார்ச்சர் பண்ண முடியுமா? என்று நினைத்துப் பயந்தாள்.

சித்தார்த், 'எதிர்த்துப் பேசிட்டே வந்தாள் முத்தம் கொடுத்ததும் ஒடுங்கிப் போயிட்டாளே, இவளை அடக்க இது ஒன்னு தான் வழி' என்று நினைத்தான்.

ஆனால் அவன் எண்ணமோ அதோடு நிற்காமல், இதுக்கே மின்சாரம் பாய்ந்த மாதிரி உடல் முழுவதும் ஜிவ்வுன ஏறுச்சே, அடுத்தடுத்து நடந்திருந்தால் எப்படி இருக்கும், என்ற கற்பனையில் உடல் சூடேறக் காரை ஓரமாக நிறுத்தி விட்டு இறங்கி வேகமாகச் சென்றான்.

கார் நின்றதும் மறுபடியும் அப்படி நடந்துக்குவானோ என்று பயந்தவள் கண்கள் மிரள அவனைப் பார்க்க, அவன் வேகமாக இறங்கியதைப் பார்த்து தன்னை ஆசுவாசப் படுத்திக் கொண்டாள்.

எட்டி வெளியே பார்க்க, சித்தார்த் கீழே வேடிக்கை பார்ப்பது தெரிந்ததும் அமைதியாகிப் போனாள்.

அவனோ தன் உணர்வுகளின் பேயாட்டத்தைத் தன் பெருமூச்சுகளால் வெளியேற்றிக் கொண்டிருந்தான்.

இவங்க அப்பனைப் பழிவாங்க இவளைக் கட்டாயத் தாலி கட்டி கூட்டி வந்து, அக்காவைப் பார்த்துக்க விடனும்னு தானே நினைச்சோம்.

அதுல இவ்வளவு பெரிய சிக்கல் இருக்கா இவ நம்மளையே சோதனைக்குள்ளாக்கறாளே, இதை எப்படிச் சமாளிக்கிறது. இவளைக் கிட்டயே சேர்க்க கூடாது என்று தனக்குள்ளேயே பேசிக் கொண்டு கொஞ்ச தூரம் நடந்துவிட்டு வந்து காரை எடுத்தான்.

கார் வீட்டிற்குச் செல்வதற்குள் அவனைப் பற்றிப் பார்த்து விடுவோம். கருணாகரன் செண்பகத்திற்கு மூன்று மகன்கள் இரண்டு பெண்கள்.

மூத்த பெண் யசோதா புத்தி சுவாதீனம் இல்லாமல் இருக்கிறாள். இரண்டாவது பெண் சாருமாதிக்கு அபிலேஷ் என்பவருடன் கல்யாணமாகி, தர்ஷினி ரேவந்த் என்ற இரண்டு வாரிசுகளும் உண்டு.

அடுத்த பையன் கிஷோருக்கு ரேவதியுடன் கல்யாணமாகி, ஆதூரி என்ற பெண் இருக்கிறாள்.

அடுத்து தீலீபனுக்கு சுதா என்ற பெண்ணை மணமுடித்து, ரிஷி என்ற குழந்தையும் இருக்கிறான்.

எல்லாருக்கும் கடைசியாக அந்த வீட்டின் மொத்த ஆளுமையையும் கொண்டிருக்கும் ஒரே ஆள் சித்தார்த் மட்டும் தான், வெளிநாட்டில் படித்து விட்டு வந்து இங்கே எஸ்டேட்டையும் ஏற்றுமதி தொழிலையும் பார்த்துக் கொண்டிருக்கிறான்.

மத்த இரண்டு அண்ணன்களும் அப்பாவும் எஸ்டேட்டை மட்டும் கவனித்துக் கொள்வார்கள். எது செய்வதாக இருந்தாலும் சித்தார்த்தை ஒரு வார்த்தை கேட்காமல் செய்ய மாட்டார்கள்.

வீட்டிலிருக்கும் அத்தனை பேரும் அவனுக்குத் தான் எல்லாம் தெரியும் என்று மொத்தமாக அவனையே நம்பி இருக்க, அவனுக்கோ தனக்குத்தான் எல்லாம் தெரியும் என்ற திமிரும் எதையும் செய்து முடிக்க கூடிய திறமையும் ஒருங்கே பெற்றவன்.

அவனை அடக்க அந்த வீட்டில் ஆளில்லை என்றாலும் அவன் எல்லாரையும் அடக்கி ஆள்பவன்.

நண்பர்கள் கூட்டம் ஏராளம் வாரமானால் தம் தண்ணி என்று எதற்கும் பஞ்சமிருக்காது.

ஆனால் இதுவரை இவன் தண்ணி அடிப்பது வீட்டில் யாருக்கும் தெரியாது. தண்ணியடிக்கும் அன்று மட்டும் நள்ளிரவில் அனைவரும் தூங்கியதும் வந்து, தன் அறையில் சத்தமில்லாமல் படுத்துக் கொள்வான்.

இப்படி எதற்கும் அடங்காத அந்த கட்டிலங் காளையையும் அவனுடைய தாய்மாமா மகள் காதலிக்கிறாள்.

வீட்டில் உள்ள எல்லாரும் அவளைச் சித்தார்த்திற்கு கல்யாணம் பண்ணி வைக்க விரும்பினார்கள்.

ஆனால் நம் தேசிங்கு ராஜா பண்ணியிருக்கும் காரியத்தைப் பார்த்தால் என்ன சொல்வார்கள் என்று பார்க்கலாம்.

சித்தார்த் அந்த எஸ்டேட்டிற்குள் இருக்கும் தன் வீட்டிற்கு முன்பு காரை நிறுத்தினான்.

யாழ் இறங்காமல் அப்படியே அமர்ந்திருக்க அவளை அழுத்தமாக ஒரு பார்வை பார்த்தான். அந்த பார்வையின் ஊடுருவல் அவள் இதயம் வரைச் சென்று சில்லிட வைக்க, தானாக கை கார் கதவைத் திறந்தது.

இறங்கியதும் அவள் உடல் முழுவதும் குளிரில் வெடவெடக்க, இரண்டு கையையும் சேர்த்து மார்பின் குறுக்கே வைத்து இறுக்கிக் கொண்டாள். கொஞ்சமாவது வெதுவெதுப்பு கிடைக்குமென்று.

அவளுடைய முகமோ அந்த குளிரில் அன்று பூத்த தாமரை மலரைப் போல இருந்தது.

வா என்று மட்டும் சொல்லி விட்டு வேகமாக உள்ளே சென்றான். அவன் பின்னாடி மெதுவாக அடியெடுத்து வைத்தாள்.

வீட்டிற்குள் நுழைந்தவனைப் பார்த்ததும் தர்ஷினி, "அம்மா மாமா வந்துட்டாங்க" என்று உள்ளே பார்த்துக் குரல் கொடுத்தாள்.

"எங்க போய்ச் சுத்திட்டு வந்தாராம் துரை" என்று கேட்டுக் கொண்டே வெளி-யில் வந்தவள், அவன் பின்னாடி நிற்கும் பெண்ணைப் பார்த்து அதிர்ந்து போனாள் சாருமதி,

"டேய் சித்து கல்யாணம் பண்ணிட்டியா யாருடா இது? ஏன்டா எங்ககிட்டச் சொல்லாம இப்படி ஒரு காரியத்தைப் பண்ணுன" என்று சத்தமாகக் கேட்டார்.

அவ சத்தத்தைக் கேட்டு எல்லாரும் வெளியே வந்தவர்கள் அதிர்ந்து போய் நின்றார்கள்.

செண்பகம் மகனுடைய சட்டையைப் பிடித்துக் கொண்டு, "என்னடா பண்ணி வெச்சிருக்க உனக்காக ஒரு பொண்ணு காத்துகிட்டு இருக்கா, நீ உன் இஷ்டத்-துக்குக் கல்யாணம் பண்ணிட்டு வந்திருக்க" என்று அழுதாள்.

ஆளாளுக்கு அவனைக் கேள்விக் கணைகளால் தொடுக்க, உச்சகட்டமாக சாருமதியும் செண்பகமும் யாழ்நிலாவைப் பிடித்து இழுத்து வெளியில் தள்ளினார்-கள்.

"எங்க வீட்டுப் பையனை வளைச்சுப் போட்டிருக்கியே உனக்கு வெக்கமா இல்-லையா?" என்றார்கள்.

கீழே விழுந்தவள் அழுது கொண்டே எழுந்து சித்தார்த்தைப் பார்க்க, அதை ரசனையுடன் பார்த்தவன் பின், "அம்மா அவங்க அப்பாவுக்கும் எனக்கும் தீர்க்க முடியாத ஒரு கணக்கு இருக்கு.

இவளை வெச்சு தான் இவங்க அப்பாவுக்குப் பாடம் புகட்டனும் அதான் கல்-யாணம் பண்ணிட்டு வந்துட்டேன்" என்றான்.

ஏற்கனவே அவர்கள் தள்ளி விட்ட கோபத்திலும், இவன் அதை ரசித்துப் பார்த்ததிலும் கோபத்தின் உச்சத்தில் இருந்தவள்,

"கல்யாணம் பண்ணிட்டு வரலை. எனக்குக் கல்யாணம் நடந்து கொண்டிருந்த கல்யாண மண்டபத்தில் புகுந்து, எங்க அத்தை பையன் கட்ற தாலியைப் பிடுங்கிக் கட்டி கூட்டி வந்திருக்க, உன்னோட நல்ல காரியத்தைத் தெளிவா சொன்னால் தானே புரிஞ்சுக்குவாங்க.

உன்னை ரொம்பவும் ஒழுக்கமா வளர்த்தரதா நினைச்சுகிட்டு, என்னப் பிடுச்சு தள்ளிவிட்டாங்கள்ள உங்க அம்மா அவங்களுக்கு நல்லா புரியர மாதிரி சொல்-லுடா".

என்னை வெளியே தள்ளி விடவே வேண்டாம். விட்டால் நானே போயிரு-வேன்" என்று பேசி முடித்தவள் வேகவேகமாக வெளியே சென்றாள்.

"ஏய் எங்கடி போற என்று வேகமாகச் சென்று அவள் முடியைக் கொத்தோடு பிடித்து ஓங்கி ஒரு அறை விட்டவன், இத்தனைக்குப் பிறகும் உன் திமிர் அடங்-கவே இல்லைல என்று கோபத்துடன் சொல்லி விட்டு, அவள் முடியைப் பிடித்து இழுத்துக் கொண்டே போய் அவன் அறையில் தள்ளிக் கதவை லாக் பண்ணி-

னான்.

எல்லாரும் விக்கித்து நின்றார்கள். "யார்டா அந்தப் பொண்ணு எதுக்கு இப்படி முரட்டுத் தனமா நடந்துக்கற, கல்யாணம் பண்ணிட்டு வந்துட்ட அப்பறம் நல்ல-படியா பார்த்துக்க வேண்டியது தானே" என்றார் கருணாகரன். கோபத்தில் அவர் குரல் அந்த அறை எங்கும் எதிரொலித்தது.

அவனுடைய அண்ணன்களும், "சித்து அப்பா சொல்றது தான் சரி பிடிக்கா-மலா கல்யாணம் பண்ணிட்டு வந்த" என்றதும்,

"ஆமாம் அவ வேற யாரையும் கல்யாணம் பணிக்கக் கூடாது அதான் இப்படி செஞ்சேன். இதுக்கு மேல இதைப் பத்தி யாரும் பேசாதீங்க, என்ன பண்ணனும் என்ன பண்ணக் கூடாதுன்னு எனக்குத் தெரியும். யாரோட அட்வைசும் எனக்குத் தேவையில்லை" என்று சொல்லி விட்டு வேகமாக வெளியேறி விட்டான்.

எல்லாருமே செய்வதறியாது நின்றார்கள். "அத்தை பொண்ணு பார்க்க ரொம்ப அழகா இருக்கு நகையும் நிறைய போட்டிருக்கறதைப் பார்த்தால், பெரிய இடத்துப் பொண்ணு மாதிரி தெரியுது" என்றாள் மூத்த மருமகள் ரேவதி.

"ஆமா அக்கா அத்தனையும் வைரமாட்ட தெரியுது" என்றாள் இளைய மரு-மகள் சுதா.

அப்போது தான் செண்பகத்திற்கும் சாருமதிக்கும் அந்த நினைவே வந்தது. அம்மாவும் பொண்ணும் பயத்துடன் ஒருவர் முகத்தை ஒருவர் பார்த்துக் கொண்-டார்கள்.

"அம்மா அவ்வளவு வசதியானவங்க இவன் பண்ணியிருக்கற வேலைக்கு சும்மா விடுவாங்களா?" என்றாள்.

கிஷோர், "அவன் கூட்டிட்டு வர வரை சும்மா தான இருந்திருக்காங்க, இனி-மேல் என்ன பண்ணப் போறாங்க, அப்படியே எதாவது பண்ணினாலும் சித்தும் ஒன்னும் லேசுபட்டவன் இல்லை. அதை எல்லாம் அவனே பார்த்துப்பான்" என்-றான்.

இப்படி ஆளாளுக்கு பட்டி மன்றம் நடத்திக் கொண்டிருக்க, செண்பகம் தன் அண்ணனுக்கு என்ன பதில் சொல்வது என்ற யோசனையில் இருந்தாள்.

"சரி போய் வேலையப் பாருங்க இன்னும் கொஞ்ச நேரம் இங்கேயே நின்னு-கிட்டு இருந்தால், அவன் வந்து நம்மகிட்டயும் சாமியாடுவான்" என்று சொல்லவும் எல்லாரும் கலைந்து சென்றார்கள்.

வெகு நேரம் வரை தன் எஸ்டேட்டை வலம் வந்தவன், பைத்தியம் பிடித்தது போல் சுத்தினான். ஏன் என்னால யாருகிட்டயும் இவ அப்பனைப் பத்தி சொல்ல முடியலை. இவ்வளவு நாளா எல்லாம் சரியாகத் தானே திட்டம் போட்டேன்.

எங்கே சறுக்கினேன், நேற்று இரவு வரை இவளைக் கல்யாணம் பண்ணி வீட்-டுக்குக் கூட்டி வந்து இவங்க அப்பனைப் பத்திச் சொல்லி, இவ எங்க குடும்பத்து

கையில் மாட்டிகிட்டு சித்தரவதைய அனுபவிக்கனும்.

அதைப் பார்த்து இவங்க அப்பன் ரத்தக் கண்ணீர் வடிக்கனும்ன்னு தானே நினைச்சிருந்தேன், கொஞ்ச நேரத்தில் எப்படி எல்லாம் தலைகீழாக மாறுச்சு.

இவங்க குடும்பத்தைப் பத்திய உண்மையை ஏன் என் குடும்பத்துகிட்டயே மறைச்சேன். என்று தலையைப் பிய்த்துக் கொள்ளாத குறையாகச் சுற்றினான்.

நேரம் செல்லச் செல்லக் குளிரின் தாக்கம் அதிகமாக வீட்டுக்குக் கிளம்பினான் சித்தார்த்.

3

அத்தியாயம் 3

சித்தார்த் தன் அறைக்குள் நுழையும் போது, அவன் மனைவி மயங்கிக் கிடந்தாள். அவள் நெற்றியிலிருந்து ரத்தம் வடிந்து உறைந்து போயிருந்தது.

"என்னாச்சு?" என்ற பதற்றத்தோடு கிட்டே ஓடிப் பார்த்தவனுக்கு அப்போது தான் புரிந்தது தள்ளிவிட்டுப் போன வேகத்தில் அவ கட்டிலின் முனையில் போய் இடித்து மயங்கி விழுந்திருக்கிறாள் என்று.

"சே இவ்வளவு தானா? நான் கூட என்னமோ பண்ணிட்டாளாட்ட இருக்குன்னு ஒரு நிமிஷம் பதறிப் போயிட்டேன்" என்று எரிச்சலடைந்தவன்,

அங்கே இருந்த வாட்டர் பாட்டிலை எடுத்து தண்ணீரை அவள் முகத்தில் ஊற்றினான்.

மெல்லக் கண் விழித்தவள் அவனைப் பார்த்ததும் பயத்தில் அப்படியே பின்னாடி நகர்ந்தாள்.

அக்காவை பார்த்துகனும்னு சொன்னவன் இவ்வளவு முரட்டுத் தனமாக நடந்து கொள்வான் என்று எதிர்பார்க்காதவளுக்கு இப்போதும் பயம் உடல் முழுவதும் ரத்தமாகப் பாய்ந்தது.

அதுவும் அவர்கள் வீட்டில் இவன் இப்படி நடந்து கொண்டதை எதிர்த்து ஒருவார்த்தை பேசாததும் அவனைத் தடுக்காததும் அவளுக்கு ஆளில்லாத வனாந்தரக் காட்டில் சிங்கம் புலிகளுக்கு இடையில் இருப்பது போல் இருந்தது.

அப்பா என்னை இந்த நரகத்தில் இருந்து காப்பாத்துங்க. எனக்கு இங்க பயமா இருக்கு அண்ணா ரெண்டு பேரும் வந்து என்னைக் காப்பாத்துங்க என்று மனசுக்குள் மன்றாடினாள் அந்தப் பேதைப் பெண்.

"என்னடி பேய் அறைந்த மாதிரி பார்க்கற. நானும் மனுஷன் தான் முதல்ல போய் உன் முகத்துல இருக்கற ரத்தத்தைக் கழுவிட்டு வா" என்றான் கோபத்துடன்.

தன் முகத்தைத் தொட்டுப் பார்த்தவள் "ரத்தமா!" எனப் பயந்து அங்கே இருந்த கண்ணாடியில் பார்த்தவளுக்கு உடம்பெல்லாம் நடுங்க ஆரம்பித்தது.

எப்படி இவ்வளவு ரத்தம் வந்துச்சு. எனக்கு என்னாச்சு என்று பலவாறு யோசித்துக் கொண்டு குளியல் அறைக்குச் சென்றாள்.

சித்தார்த் மீண்டும் காருக்குச் சென்றவன் அவசரமாகக் காரை எடுத்துக் கொண்டு டவுனுக்குக் கிளம்பினான்.

இந்தக் களவரத்தில் அவளுக்கு மாற்றுத் துணி கூட இல்லை என்ற ஞாபகமே இப்போது தான் வந்தது.

சலித்துக் கொண்டவன் வரும் போதே வாங்கி வந்திருக்கனும். "இவளைப் பார்த்ததிலிருந்து நமக்கு எல்லாம் ஏட்டிக்குப் போட்டியாக நடக்குது" என்று எரிச்சல் அடைந்தான்.

அவன் டவுனுக்குப் போய்ச் சேரும் சமயம் சில கடை எல்லாம் பூட்டி விட்டே கிளம்பி விட்டார்கள்.

திறந்திருந்த கடையில் மனைவிக்குத் தேவையானது எல்லாம் வாங்கிக் கொண்டவன், வெளியில் வந்து பேன்ஸி ஸ்டோரில் "பெண்களுக்குத் தேவையான பொட்டு பவுடர் இந்த மாதிரி என்ன தேவையோ எல்லாம் கொடுங்க" என்று அங்கிருந்த பெண்ணிடம் சொல்லி வாங்கிக் கொண்டவன்,

எல்லாம் கொண்டு வந்து காரில் வைத்தவன், கார் எடுக்கும் சமயத்தில் பேஸ்ட் பிரஷ் வேணுமே என்ற ஞாபகம் வர ஸ்டேரிங்கில் வேகமாகக் குத்தி விட்டுச் சலிப்புடன் எழுந்து சென்றான் அந்த மாவீரன்.

எல்லாம் வாங்கிக் கொண்டு வீடு வந்து சேர வெகு நேரம் ஆகி இருந்தது. இவன் வரும் போது எல்லாரும் ஹாலில் அமர்ந்திருந்தார்கள்.

எல்லாத்தையும் எடுத்துக் கொண்டு தன் அறைக்குச் சென்றவனை அவனுடைய அக்காவும் அம்மாவும் தடுத்து "இதெல்லாம் என்னடா?" என்றார்கள்.

"என்னவா இருந்தா உங்களுக்கு என்ன" என்று எரிச்சலுடன் சொல்லி விட்டுத் தன் அறைக்குச் செல்ல, அவனுடைய அக்கா "நீ கூட்டி வந்தையே அவளுக்குக் சோறு போடனும் தம்பி இல்லைனா போய்ச் சேர்ந்திருவா.

காலையிலும் சாப்பிட்டிருக்க மாட்டா மதியமும் இல்லை. இன்னவரை சாப்பாடில்லாம வெச்சிருக்கியா அவளுக்கு. எதாவது ஆச்சுன்னா யார்டா பொறுப்பு" என்று திட்டினாள்.

"அவ எல்லாம் அவ்வளவு சீக்கிரம் போக மாட்டாள். இருந்து என் உயிரையும் வாங்கிட்டுத் தான் போவா" என்று சொல்லி விட்டு உள்ளே சென்றான்.

வாங்கி வந்ததை எல்லாம் கொண்டு போய் அவள் முன் வீசியவன் "ஏய் எந்திருச்சுப் போய்ச் சாப்பிட்டு வா" என்றான்.

சோர்வாக இருந்தாலும் வீம்பாக "எனக்கு எதுவும் வேண்டாம்" என்றாள்

"இப்ப எழுந்து போகலை நான் மனுஷனாகவே இருக்க மாட்டேன்" என்று அவள் முன்பு எச்சரிக்கை செய்தான்.

"இப்ப மட்டும் நீ மனுஷன்னு நினைச்சியா?" என்று அந்த நேரத்திலும் பதில் கொடுத்தவள் மேல் கொலை காண்டில் இருந்தான்.

போய் அவள் கையைப் பிடித்து இழுத்தவன் அவள் அப்படியே தரையோடு அவன் இழுத்த இழுப்பிற்குப் போய்க் கொண்டிருக்க,

"என்னை விடுடா விடுடா" என்ற கத்தியதைக் காதில் வாங்காமல் வெளியில் வரை இழுத்து வந்தான்.

சுதாரித்தவள் படக்கென்று அவளே எழுந்து நிற்க "இதை தானடி முதல்லயே சொன்னேன். எங்கே கேட்ட வந்து கொட்டிக்கோ" என்று டைனிங் ஹாலுக்கு அவன் முன்னாடி செல்ல இவள் தயக்கத்துடன் அங்கிருப்பவர்களைப் பார்த்துக் கொண்டே நின்றாள்.

"நீயா வந்த தப்பிச்ச நானா வந்தனா உன்னை என்ன பண்ணுவேன்னு எனக்கே தெரியாது" என்று சொல்லி விட்டு தனக்கு ஒரு தட்டில் பூரியைப் போட்டுக் கொண்டு அமர்ந்து விட்டான்.

இவ்வளவு நேரமாகியும் பசியில்லாமல் உணர்வுகள் மறுத்துப் போய் கிடந்தவளுக்கு, சாப்பிடலைனா இவன் எதாவது செய்வான் என்ற பயத்திலேயே சாப்பிடச் சென்றாள்.

தயக்கத்துடனே போய் அங்கிருந்த இருக்கையில் அமர்ந்தாள். "போட்டுச் சாப்பிடு மகாராணிக்குப் போட்டு வைக்கனுமோ" என்றான் சீற்றமுடன்

மிரண்ட விழிகளுடன் அவனைப் பார்த்துக் கொண்டே கைக்கு வந்ததைத் தட்டில் போட்டு அதை எடுத்து வாயிலும் போட்டுக் கொண்டாள்.

கண்ணில் கண்ணீர் கன்னத்தில் இறங்கி கழுத்து வரை வழிந்து கொண்டிருந்தது.

அதை இன்னொரு புறங்கையால் துடைத்துக் கொண்டே ஒரு கையால் சாப்பிட்டு முடித்தாள்.

அப்போது புது ஆள் இரண்டு மூன்று பேர் பார்சல்களுடன் வர "யாருப்பா? இதெல்லாம் என்ன?" என்று கேட்டாள் சாருமதி.

அவர்கள் எந்தப் பதிலும் சொல்லாமல் உள்ளே கண்கள் பாயத் தன் தங்கை சாப்பிட்டுக் கொண்டிருந்தவள் இதைப் பார்த்து விட்டு "அண்ணா" என்று ஓடி வந்தாள்.

விமலும் வருணும் அவளை வாரி அணைத்துக் கொண்டவர்கள், கண்ணீருடன் "பப்பிமா பப்பிமா" என்று முனகல் மட்டுமே ஒலித்தது.

இரண்டு பேரும் தங்கையைத் தங்களுக்கு அடக்கிக் கொண்டிருந்தார்கள்.

"அண்ணா எனக்குப் பயமா இருக்கு" என்று தேம்பியவளை உயிர் போகும் வலியுடன் இரண்டு பேரும் ஆறுதல் சொன்னார்கள்.

அதைப் பார்த்துக் கொண்டிருந்த அத்தனை பேருக்கும் பாவமாக இருந்தது. செல்லமாக வளர்த்தி இருப்பாங்கன்னு நினைத்துக் கொண்டார்கள்.

அதுவும் கருணாகரனுக்கும் கிஷோருக்கும் தம்பி மேல் கோபமாக வந்தது. இப்படி ஒரு குடும்பத்தில் இருந்து பொண்ணைப் பிரித்துக் கூட்டி வந்திருக்கானே என்று.

சாவகாசமாக எழுந்து வந்த சித்தார்த் "என்ன மச்சான்களே ரெண்டு பேரும் வீடு தேடி வந்திருக்கீங்க ஒரு வாய் சாப்பிட்டுப் போறது" என்றான்.

"அதுக்கென்ன மாப்பிள்ளை சாப்பிட்டாப் போதும்" என்று இரண்டு பேரும் தங்கச்சியோடு போய் டைனிங் டேபிலில் அமர்ந்து கொள்ள, எல்லாரும் வியப்புடன் பார்த்தார்கள் அவர்களின் பாசத்தை.

எல்லாத்தையும் மீறி மகன் திட்டினாலும் பரவாயில்லை என்று செண்பகம் வேகமாகச் சென்று அவர்களுக்குப் பரிமாறினாள்.

இரண்டு பேரும் தங்கைக்கு ஊட்டி விட்டு அவர்களும் சாப்பிட்டார்கள். சித்தார்த் இதைப் பார்த்துக் கொண்டு சோபாவில் கால்மேல் கால் போட்டு அமர்ந்திருந்தான் தடுக்க எந்த முயற்சியும் எடுக்க வில்லை.

இரண்டு பேரும் ஒவ்வொரு வாயாக மெதுவாக தங்கச்சிக்கு ஊட்டி விட்டுக் கொண்டே பேசிக் கொண்டிருந்தார்கள்.

இரண்டு பேரும் தங்கச்சி நெற்றியிலிருந்த காயத்தைப் பார்த்து விட்டு பார்க்காதது போலப் பேசிக் கொண்டிருந்தார்கள்

எங்கே இதைக் கேட்டால் தைரியத்தை இழந்து கோழை போல அழுவாளோ என்று,

அவளிடம் "பப்பிமா நாங்க அப்பப்போ வந்து உன்னைப் பார்க்கிறோம். நீ தைரியமா இருமா.

இத்தனைப் பேர் இருக்கும் வீட்டில் உன்னை என்ன பண்ணிட முடியும். நீ தைரியமான பொண்ணு இந்த அண்ணன்கள் எந்த நிமிஷம் கூப்பிட்டாலும் ஓடி வந்திருவோம் சரியா?

உன் லேப் செல்போன் உன்னோட அறையிலிருந்து உனக்குத் தேவையான எல்லாத்தையும் எடுத்து வந்திருக்கோம்.

இந்தா இரண்டு ஏடி எம் கார்ட். இதுல எப்பவும் பணம் இருந்துட்டே இருக்கும் உன் தேவைக்கு யூஸ் பண்ணிக்கோ" என்றார்கள்.

அதை வாங்கி கையில் வைத்துக் கொண்டவள் "அண்ணா எனக்குப் பயமா இருக்கு" என்றாள் தயக்கத்துடன் கண்ணீர் பெருகியது.

"யாரு என் செல்லக் குட்டிக்குப் பயமா? வலுக்கட்டாயமா தாலி கட்டி கூட்டிட்டு வரத்தான் முடியும். உன்னை எதுவுமே பண்ண முடியாது.

நம்ம வீட்லயே எங்க எல்லாரையும் விட நீ தான் தைரியமானவ. சீக்கிரமா இதெல்லாம் சரியாகி நீயும் மாப்பிள்ளையும் நம்ம வீட்டுக்கு வாங்க அந்த நாளை நாங்க எதிர்பார்த்துகிட்டு இருப்போம்.

நாங்க கிளம்பட்டுமா பப்பிமா?" என்றார்கள்.

"சரிங்க அண்ணா" என்றாள் அண்ணன்கள் இருவரும் மாற்றி மாற்றிப் பேசியதில் அவளுக்குள்ளேயும் இவனால் நம்மளை என்ன பண்ண முடியும் என்ற தைரியம் வந்திருந்தது.

விமலும் வருணும் வீட்டில் உள்ளவர்கள் அனைவரையும் பார்த்து "எங்க தங்கச்சியப் பத்திரமா பார்த்துக்குங்க.

நீங்கெல்லாம் இருக்கீங்கற தைரியத்தில் தான் விட்டுட்டுப் போறோம். எங்கப்பாவுக்கும் இவ இங்க இருக்கறதில் தான் விருப்பம். அவர் பேச்சை எங்களால மீற முடியலை பார்த்துக்குங்க" என்றவர்கள்.

சித்தார்த்திடம் சென்று "நாங்க கிளம்பறோம் மாப்பிள்ளை" என்று சொல்லி விட்டுக் கிளம்பினார்கள் யாழ்நிலா வாசல் வரை சென்று அண்ணன்களை வழியனுப்பி விட்டு அங்கயே நின்றிருந்தாள்.

அவள் கண்ணில் கண்ணீர் வழிந்து கொண்டிருந்தது எவ்வளவு நேரம் அப்படி இருந்தாளோ அந்த வீட்டின் இன்னொரு மருமகள் சுதா வந்து "வா மா எவ்வளவு நேரம் இப்படியே இருப்ப" என்றாள்.

இந்த வீட்டுக்குள்ள வரக்கு இங்க நிற்பது எவ்வளவோ பாதுகாப்பு என்று நினைத்துக் கொண்டே அவள் பின்னே சென்றாள்.

உள்ளே அவளுடைய அண்ணன் கொண்டு வந்த பொருள் அப்படியே இருக்க அதை எல்லாம் எங்கே எடுத்து வைப்பது என்று யோசனையில் இருந்தவளிடம்.

"இதை எல்லாம் நானா சொல்லும் வரை கையில் கூடத் தொடக்கூடாது. இதை எல்லாம் தூக்கிட்டு வா" என்று சொல்லி விட்டு அறைக்குச் சென்றவன் பின்ன அந்தப் பொருளைத் தூக்கிச் சென்றாள்.

"எங்க வீட்டுப் பொருளைத் தொடக்கூடாதுன்னு சொல்ல இவன் யாரு?. எந்த வேலைக்குக் கூட்டி வந்தானோ அதைத் தவிர மத்தெல்லாம் பாக்கறான்" என்று புலம்பிக் கொண்டே எடுத்துச் சென்றாள்.

அவள் கொண்டு வந்த பொருளை எல்லாம் பரன்மேல் தூக்கிப் போட்டவன் "கீழே இறங்கி வா" என்று சொல்லி விட்டு முன்னே சென்றான்.

"எங்கே கூப்பிடறான்? இவன் வான்னு கூப்பிட்டதும் நான் ஆட்டுக்குட்டி மாதிரி பின்னாலேயே ஓடனுமா?" என்று நினைத்தவள் அந்த அறையில் இருந்த இருக்கையில் அமர்ந்தாள்.

வெளியே சென்றவன் மனைவி வராததைப் பார்த்து விட்டு உள்ளே எட்டிப் பார்த்தவன், அவள் அமர்ந்திருக்கவும் கோபத்துடன் உள்ளே சென்று அவள் கையைப் பற்றி தரதரவென்று இழுத்து வந்தான்.

"நான் சொன்னது காதில் விழலை. என் பேச்சை இன்னொரு முறை அலச்-சியப் படுத்தினால் உன்னை என்ன பண்ணுவேன்னு எனக்கே தெரியாது" என்று உருமி விட்டு,

அவளை இழுத்துக் கொண்டு சென்றவன், அந்த வராண்டாவில் கடைக் கோடியில் இருக்கும் ஒரு அறைக்குச் சென்றான்.

அந்த அறைக்குள் சில விநோ ஒலிகள் வரவும் அவள் பயந்து மிரண்ட விழி-களுடன் கணவனைப் பார்த்து விட்டுப் பின்வாங்கினாள்.

"என்ன இந்த முழி முழிக்கிற இனிமேல் உனக்கு வேலையே இங்க தான்" என்றவன் கதவைத் திறந்து கொண்டு உள்ளே சென்றான்.

அங்கே ஒரு பெண் தலை முடி பரட்டைபோல் முதுகு முழுவதும் பரவியிருக்க, உடை எல்லாம் கலைந்து சங்கிலியில் கட்டி இருந்ததைப் பார்த்தவளுக்குப் பயத்தை விடப் பரிதாபமே வந்தது.

கையெல்லாம் புண்ணும் அவள் இருந்த இடமெல்லாம் குப்பை கூலமாக இருந்தது.

இவர்கள் கதவைத் திறந்து கொண்டு உள்ளே சென்றதும் கூச்சலிட்டு தன் கையைத் தானே கடித்துக் கொண்டாள்.

அவள் கையில் எந்த பொருளும் கிடைக்காததால் தன் தலைமுடியைப் பிய்த்-துக் கொள்ளவும், "நாங்க போகிறோம் அக்கா நீ எதுவும் பண்ணிக்காத" என்று வந்த வேகத்தில் வெளியே சென்றான்.

"பார்த்தீல்ல இவங்க தான் என் அக்கா யசோதா. இவங்களை நீ தான் பார்த்-துக்கனும். யார் உள்ளே சென்றாலும் அவங்களை அவங்களே காயப்படுத்திக்கு-வாங்க.

அவங்களுக்குக் குளிக்க வைக்கவே நாங்க தூக்க மாத்திரையோ மயக்க மருந்தோ கொடுத்துத் தான் குளிக்க வைக்க முடியும்.

அதுவும் அடிக்கடி பண்ண முடியாது சாப்பாடு கொடுக்கறதுல இருந்து எல்-லாமே கஷ்டம் தான் யாரும் கிட்டயே போக முடியாது.

கொண்டு போய் வெச்சுட்டு வந்தாலும் சாப்பிடறங்கற பேர்ல அந்த இடத்-தையே அலங்கோலம் பண்ணிருவாங்க. அதைச் சுத்தம் பண்றதுக்குள்ள அவங்க பண்ற ஆர்ப்பாட்டம் இருக்கே.

ஒவ்வொரு நாளும் செத்துச் செத்துப் பிழைக்க வேண்டியதா இருக்கு. எங்க அம்மாவாளையும் சாருக்காவாளையும் சமாளிக்க முடியாததால நானோ அப்பா, அண்ணாவோ தான் பார்த்துப்போம்.

அதுவும் சில நாள்ள ரொம்பவும் ஆக்ரோஷமா இருப்பாங்க. கையில எதாவது கிடைத்தால் கொலை பண்ணக் கூடத் தயங்க மாட்டாங்க.

அப்படி ஒரு நாள் நடந்த பிறகு தான் நாங்க எங்க வீட்டுப் பெண்களை உள்ளே விடுவதில்லை நாங்களே பார்த்துக்கறோம்" என்றான்.

அதுவரை கேட்டுக் கொண்டிருந்தவள் "ஆக உங்க வீட்டுப் பெண்கள் பத்திரமா இருக்க ஊரான் வீட்டுப் பெண்ணை என்ன வேணாலும் செய்யலாம் அப்படித் தானே" என்றாள்.

"ஏய் இதெல்லாம் உங்கப்பனால தாண்டி. அதுக்கு நீ தானப் பரிகாரம் பண்ணனும்.

இன்னைக்குச் சாப்பாடு கொடுத்தாச்சு இனி யாரும் கொடுக்க மாட்டாங்க. நான் சொல்லிருவேன் மூனு நேரமும் நீ தான் கொடுக்கனும்" என்றான்.

அவளுக்குக் கண்ணைக் கட்டி காட்டில் விட்டது போல் இருந்தது இவங்க வீட்டு ஆளுங்களையே உள்ள விடாதவங்க என்னை மட்டும் வெத்தலை பாக்கு வெச்சு வரவேற்கவா போறாங்க.

எப்படியோ என்னைக் கொலை பண்ணப் பிளான் பண்ணிட்டான் என்று மைண்ட் வாய்ஸ் அவளுக்கு எச்சரிக்கை செய்தது.

"என்ன யோசனை பண்ற. இதிலிருந்து எப்படி தப்பிக்கலாம்ன்னா? அது உன்னால முடியாது இதோ இது இருக்கும் வரை" என்று அவள் கழுத்தில் கிடந்த தாலியை எடுத்து கையில் பிடித்துப் பார்த்தான்.

அப்போது தான் அந்தத் தாலியையே முழுசாகப் பார்க்கிறான்.

அவள் தட்டி விட்டு தாலியைத் தூக்கி உள்ளே போட்டுக் கொண்டாள்.

"ஏய்" என்று கோபத்துடன் அவள் கழுத்தைப் பிடித்து அழுத்தியவன் கண் விழியே தெரித்து விடும் அளவுக்குப் கோபத்தைப் பார்த்தவள் பயந்து நடுங்கினாள்.

"இன்னொரு முறை இப்படிப் பண்ணுன தொலைச்சுருவேன் தொலைச்சு" என்று உருமி விட்டு அவளை அப்படியே பிடித்துத் தள்ளி விட்டுத் தன் அறைக்குச் சென்றான்.

அந்தப் பேதைப் பெண் அந்த இடத்திலேயே காலை மடக்கி அமர்ந்து கதறி அழுதாள்.

தரையில் குளிர் ஊசியில் குத்துவது போல் அவள் உடல் முழுவதும் பரவியது அந்த குளிரை விட அவன் பேசிய வார்த்தையின் சூடு அவளைப் பயத்தின் உச்சத்திற்குக் கொண்டு சென்றது.

எல்லாரும் கீழே இருந்ததால் இவள் அழுதது கூட யார் காதையும் எட்டவில்லை.

அத்தனை பேர் இருந்த வீட்டில் அனாதை மாதிரி நிராதரவாக அடுத்து என்ன செய்வது.

என் எதிர்காலம் என்ன இப்படியே இவனோடு என் வாழ்க்கை முடிந்து விடுமா? இனி எங்க அப்பா அம்மா அண்ணா அண்ணியைப் பார்க்க முடியாதா என்று பல கேள்விகளுக்கு விடை தெரியாமல் அப்படியே கிடந்தாள்.

அறைக்கு வந்தவன் வெகு நேரம் கழித்தும் அவள் வராததால் எழுந்து வெளியே சென்றான்.

அவன் தள்ளி விட்ட இடத்தில் அப்படி கிடந்தவள் கையைப் பிடித்து இழுத்துக் கொண்டு அறைக்கு வந்தான்.

அவள் கத்துவதும் வலிக்குது விடு என்ற ஒலியும் அவன் காதுக்கு எட்டவே இல்லை.

ஒரு பாயையும் தலைகாணியையும் கீழே தூக்கிப் போட்டவன் "ஓரமா படுத்துக்க" என்று சொல்லி விட்டு தன் கட்டிலில் படுத்து உறங்க ஆரம்பித்தான்.

விடிய விடிய அவனுக்கு வாட்ச்மேன் வேலை பார்த்துக் கொண்டிருந்தாள் யாழ்நிலா.

4

அத்தியாயம் 4

அதிகாலையில் சித்து உறக்கம் கலைந்து எழுந்தவன் பார்வை முதலில் தேடியது மனைவியைத் தான்.

பாயில் காணாமல் அவன் பார்வை அந்த அறையைச் சுற்றி வர, சுவர் ஓரத்தில் அமர்ந்து தன் இரு கால்களையும் அணைத்துப் பிடித்தவாறு அமர்ந்திருந்தாள்.

கொஞ்ச நேரம் வெறித்துப் பார்த்தவனுக்கு அவள் இன்னும் தூங்கவே இல்லை என்பது புரிந்தது.

எழுந்து சென்று குளித்து விட்டு வந்தவன், "இப்படியே எவ்வளவு நேரம் உட்கார்ந்திருக்கிறதா உத்தேசம்.

எங்க அக்காவுக்கு இன்றையிலிருந்து நீ தான் சாப்பாடு கொடுக்கனும். எல்லாம் பண்ணனும் போய் வேலையைப் பார்" என்றான்.

அவனையே முறைத்துப் பார்த்தவளுக்குக் கோபம் கனன்று கொண்டிருந்தது.

தன்னால் அவனை எதுவும் செய்ய முடியாது என்ற உண்மை உரைக்க, எழுந்து தன் உடையை எடுத்துக் கொண்டு குளியல் அறைக்குச் சென்றாள்.

அவளின் அந்த விரக்தியான முகம் அவனுக்குள் என்னமோ செய்யத் திரும்பி குளியலறையைப் பார்த்தவன், ஆழ்ந்த பெருமூச்சை விட்டு விட்டுத் தன் வேலையைப் பார்க்கச் சென்றான்.

யாழ் குளித்து விட்டு வந்தவள், அவன் வாங்கி வந்த கவரில் இருந்து எல்லாப் பொருளையும் எடுத்து வைத்தவள் சீப்பை எடுத்து தலைவாரிக் கொண்டு அவன் வாங்கி வந்திருந்த பொட்டை எடுத்து வைத்தவள், இவனுக்கு இதெல்லாம் கூட வாங்கத் தெரியுமா? என்ற எண்ணம் தோன்ற,

"இவனுக்குத் தெரியாததுன்னு எதாவது இருக்கா? கிரிமினல் மூளை இல்லைனா இவ்வளவு கச்சிதமா துணியிலிருந்து உள்ளாடை வரை எடுக்க முடியுமா?

இவனை எல்லாம்" என்று எரிச்சலுடன் திட்டிக் கொண்டே வெளியில் வந்தாள்.

அவள் சமையலறைக்குச் செல்லச் செண்பகமும் சாருமதியும் சமையல் செய்து கொண்டிருக்க, ரேவதி பாத்திரம் சுத்தம் பண்ணிக் கொண்டிருந்தாள்.

சுதா வெங்காயம் கட் பண்ணிக் கொண்டிருந்தவள், இவளைப் பார்த்ததும் சிநேகமுடன் சிரித்து "டீ தரட்டுமா யாழ்?" என்றாள்.

இந்த வீட்டில் சாப்பிடனுமா என்பதே அவளுக்கு எரிச்சலைத் தரவும், அதை விட்டால் வேற வழி இல்லை என்ற உண்மை அவளைச் சுட்டது.

"குடுங்க" என்று சுரத்தே இல்லாமல் சொன்னவள் கையில் சாருமதி டீ கொடுத்து விட்டு "உன் முழுப் பேர் யாழ்நிலாவா?" என்றாள்.

மெல்லத் தலையாட்டியவள் "நானும் எதாவது வேலை செய்யட்டுமா?" என்றாள்.

"அதுக்கென்ன உனக்கு என்ன வேலை செய்ய வருமோ அதைச் செய்" என்றாள் சாரு.

தயக்கத்துடன் "எனக்கு எதுவும் தெரியாது நீங்கச் சொல்லிக் கொடுத்தால் செய்வேன்" என்றாள்.

"உங்க வீட்டில் யார் சமைப்பாங்க?" என்றாள். செண்பகம் தன் மருமகள் குடும்பத்தைப் பற்றித் தெரிந்து கொள்ளும் ஆர்வத்தில்,

"அங்க வேலை செய்ய ஆள் இருக்கு. எங்க அம்மா ரெண்டு அண்ணிங்களும் மத்ததை எல்லாம் கவனிச்சுக்குவாங்க. நான் எதுவும் செய்ததில்லை" என்றாள்.

அவள் வளர்ந்த விதம் புரிய "இங்கேயும் நீ அதே மாதிரி இருக்கலாம் நாங்க பார்த்துக்கறோம்" என்றாள் ரேவதி.

"இல்லைக்கா அவன் வந்தால் திட்டுவான் அடிப்பான். எனக்குச் சொல்லிக் கொடுங்க நானே செய்யறேன்" என்று அவர்களிடம் தன் வேதனையைப் பகிர்ந்து கொண்டாள்.

அவன் வீட்டில் இல்லாததே பெரும் நிம்மதியாக இருந்தது. தான் எதிலிருந்தோ விடுதலையானதைப் போல.

சமையல் வேலை எல்லாம் முடிக்கவும் "நான் போய் யசோதா அக்காவுக்குச் சாப்பாடு கொடுத்துட்டு வரேன். என்ன சாப்பிடுவாங்க? எப்பக் கொடுப்பீங்க?" என்றாள்.

அவளைப் பரிதாபமாகப் பார்த்தவர்கள் "நாங்க குளிக்க வைக்கும் போது தான் போவோம். அதுவும் அவ மயக்கத்தில் இருப்பாள் மத்தபடி உள்ளே போனாள் அவ ரொம்பவம் கத்தி ஆர்ப்பாட்டம் பண்ணுவாள்.

ஆம்பளைங்க தான் போய் சாப்பாடு கொடுப்பாங்க. நம்மாள சாமாளிக்க முடியாது. இன்னும் கொஞ்ச நேரத்தில் சாப்பிட வருவாங்க அவங்களையே கொடுக்கச் சொல்வோம் நீ வேண்டாம்" என்றாள் சாருமதி.

"உங்க தம்பி கொடுக்கச் சொல்லிட்டுப் போயிட்டான். நான் கொடுக்கலைனா தேவையில்லாத பிரச்சனை வரும் நீங்க சொல்லுங்க செய்யறேன்" என்றாள்.

அவள் கையில் உணவைப் போட்டுக் கொடுத்தார்கள். அதை வாங்கிக் கொண்டு யசோதா அறைக்குச் சென்றாள்.

ரொம்ப நேரமாகியும் அவள் வராததால் "சுதா போய் பார்த்துட்டு வா" என்று அனுப்பினாள் செண்பகம்.

அங்கே போய் பார்த்தவள் "அத்தை அக்கா" என்று கத்தினாள்.

என்னாச்சோ எனறு எல்லாரும் பதறிக் கொண்டு ஓட அப்போது சாப்பிட வந்த சித்தார்த்தும் அவனுடைய அண்ணன் கிஷோரும் அவர்கள் பின்னாடியே ஓடி-னார்கள்.

அக்காவின் அறையில் மனைவி அரை நிர்வாணத்துடன் அங்கங்கே கீறலும் அதிலிருந்து ரத்தமும் வடிந்து கொண்டிருப்தைப் பார்த்தவனுக்கு ஒரு நிமிஷம் இதயம் நின்று துடித்தது.

அதிர்ந்து உரைந்து நின்றவனை எல்லாரும் கண்ட படி திட்டித் தீர்க்க ஓடிப் போய் அவளைத் தூக்கியவன், தன் அறைக்குச் சென்றான்.

செல்லும் போதே "அக்கா சூடா தண்ணி கொண்டு வாங்க" என்று சொல்லி விட்டுச் சென்றான்.

எல்லாருக்கும் அவன் மேல் தீராத கோபம். இருந்தாலும் இப்போதைக்கு அதை ஒதுக்கியவர்கள் சுடு தண்ணி எடுத்து வர,

கிஷோர் டாக்டருக்குப் போன் பண்ணினான்.

சுடு தண்ணீர் வந்ததும் எல்லாரையும் வெளியே நிறுத்தியவன், அவளுடைய ஆடைகளை களைத்து காயம் ஏற்பட்ட இடத்தில் சுடு தண்ணீரால் கழுவினான்.

அவனையும் அறியாமல் கண்ணீர் வடிந்தது நகக் காயம் செப்டிக் ஆயிருமோ இதனால் வேற எதாவது பிரச்சனை ஆகிருமோ என்று பயந்தான்.

அவன் உடம்பு மெல்ல நடுங்கியது அவளுக்கு எதாவது ஆகிடுமோ என்ற நினைவே அவனை உருக்குலைத்தது.

வேகமாக காயத்தைச் சுத்தம் செய்தவன் மாற்று உடையைப் போட்டு விட்டு அவள் கண்ணத்தைத் தட்டினான். "நிலா நிலா இங்க பார். உனக்கு ஒன்னு-மில்லை" என்று அவன் பேச்சு எதுவும் அவள் காதை எட்டவே இல்லை.

அதற்குள் டாக்டரும் வந்துவிட அவளைச் செக் பண்ணி விட்டு "அதிரிச்சியில் மயங்கி இருக்காங்க" என்றவர் காயத்திற்கு ஆயின்மெண்டும் ஊசியும் போட்டவர் "கொஞ்ச நேரத்துல சரியாகிடும்" என்று சொல்லி விட்டுச் சென்றார்.

அனைவரும் வந்து அவளைச் சூழ்ந்து கொண்டார்கள் சித்துவின் பார்வை யாழ்நிலா மேலேயே நிலைத்து நின்றது. எப்படா கண்ணைத் திறப்பாள் என்று தவித்துப் போனான்.

"சரி வாங்க நாம போகலாம். அவ கண்விழிச்சதும் வந்து பார்க்கலாம். எல்லாத்துக்கும் இவன் தான் காரணம் இவனே பார்க்கட்டும்" என்று சொன்ன திலீபன் தன் தம்பியை முறைத்துக் கொண்டு நின்றான்.

அனைவரும் வெளியேறியதும் திலீபனும் கிஷோரும் "இவ்வளவு நாளா மனுஷனாத் தாண்டா இருந்த உனக்கு எங்கிருந்து இந்த அரக்க குணம் வந்துச்சு.

நம்ம அக்காவே இருந்தாலும் இவ்வளவு நாள் யாரையும் விடாம நாம தானே பார்த்தோம். இப்ப பூ மாதிரி இருந்த இந்தப் பொண்ணைக் கொண்டு வந்து இப்படி பண்ணிட்டியே" என்று கண்டபடி திட்டி விட்டுச் சென்றார்கள்.

அவனுக்கு இப்போது யார் பேசியதும் காதில் விழவில்லை சீக்கிரமா கண்ணைத் திறந்து பாருடி என்று அவன் மனம் முழுவதும் அவளுடைய விழிப்பை நோக்கியே இருந்தது.

கொஞ்ச நேரத்தில் மெல்லக் கண் விழித்தவள் பயத்துடன் மிரண்டு "என்னை விட்ருங்க" என்று கதறினாள்.

அவள் உடம்பு நடுங்கியது அவள் துணியை இழுத்துப் பிடித்துப் பாதுகாப்பு பண்ணிக் கொண்டாள்.

அதைப் பார்த்தவனுக்குப் பாவமாக இருக்க, "ஒன்னுமில்லை நம்ம ரூம்ல தான் இருக்க பாதுகாப்பா தான் இருக்க பயப்படாதே" என்றான் ஆறுதலாக.

பயம் விலகாத மருண்ட விழியுடன் பார்த்துக் கொண்டிருந்த மனைவியிடம் "நீ அக்காகிட்டப் போனையா?" என்றான்.

அவளுக்கோ அவனிடம் பேசவே விருப்பமில்லாமல் முகத்தைத் திருப்பிக் கொண்டாள்.

அவள் அருகில் சென்றவன் இரு கண்ணத்தையும் ஒற்றைக் கையால் அழுத்திப் பிடித்து அவன் முகத்தைப் பார்க்க வைத்தவன் "பாவம்ன்னு பார்த்தால் ரொம்பத் தான் பண்ற.

நான் கேட்டா கேட்ட கேள்விக்குப் பதில் வரனும் இல்லை" என்று கோபத்துடன் உருமி விட்டு வெளியே சென்றவனை அவனுடைய பெரிய அண்ணி ரேவதி பிடித்துக் கொண்டாள்.

"தம்பி நீங்கப் பண்ணியது சரியில்லை பாவம் அந்தப் பொண்ணு. உங்களுக்கு அவங்க அப்பா மேல பகை இருந்தால் அவரிடம் நேருக்கு நேர் மோதுங்க. அதை விட்டுட்டு இந்த அப்பாவிப் பொண்ணைக் கூட்டி வந்து இப்படி பண்ணாதீங்க.

பார்த்த ஒரு நொடியில எனக்கு மனசு பதைபதைச்சுப் போச்சு தம்பி" என்றாள்.

இதுவரை தன்னிடம் இப்படி அட்வைஸ் பண்ணிய மாதிரி பேசாத அண்ணி இப்ப வந்து நிற்க வைத்து கேள்வி கேட்டதில் அவன் கோபமெல்லாம் மனைவியின் மேலே திரும்பியது.

எந்த பதிலும் சொல்லாமல் வெளியில் சென்றவனை ரேவதி வெறித்தபடி பார்த்தவளுக்கு யாழ்நிலாவை நினைத்து பாவமாக இருந்தது.

"பாவம் எப்படிப் பாசமா செல்லமா வளர்த்தாங்களோ இந்த முரடன் கையில மாட்டிக்கிட்டா" என்று அவளுக்காகப் பரிதாபப் படத்தான் முடிந்தது அவளால்.

அண்ணியின் பேச்சில் எரிச்சலுடன் வெளியே வந்தவனை கிஷோரும் கருணாகரனும் தீலீபன் மூன்று பேரும் பிடித்துக் கொண்டார்கள்.

"டேய் தினமும் நாம தாண்டா கொடுப்போம். இப்ப மட்டும் ஏன் அவளைக் கொடுக்கச் சொன்ன எங்களுக்கு இது சுத்தமா பிடிக்கலை.

கல்யாணம் பண்ணிட்டு வந்துட்ட அந்த பொண்ணோட சந்தோஷமா குடும்பம் நடத்து" என்ற அட்வைஸில் தலையைப் பிடித்துக் கொண்டு அமர்ந்தான்.

"என் பொண்டாட்டிய என்ன பண்ணனும் என்ன பண்ணக் கூடாதுன்னு நீங்க சொல்லாதீங்க. நானே பார்த்துக்கறேன் ஆளாளுக்கு அட்வைஸ் பண்ற அளவுக்கு ஒன்னும் நடக்களை போய் அவங்கவங்க வேலையப் பாருங்க" என்று சொல்லி விட்டு தன் காரை எடுத்தவன் தன் மொத்தக் கோபத்தையும் ஸ்டேரிங் மேலே காண்பித்தான்.

"இனி இதைப் பத்தி அவன்கிட்டப் பேசாதீங்க. அப்படி பேசுனீங்கன்னா அந்தக் கோபத்தையும் அந்த பொண்ணு மேலே தான் காண்பிப்பான். விட்டுப் பிடிப்போம்" என்று சொல்லி விட்டுச் சென்றார் கருணாகரன்.

ரேவதி தர்ஷினியை அழைத்தால் "என்ன அத்தை" என்று கேட்டுக் கொண்டே ஓடிவந்தாள்.

அந்த பத்து வயதுச் சிறுமியிடம் "தர்ஷினிச் செல்லம் நீ சித்து மாமா ரூமுக்குப் போய் அந்த அத்தை என்ன பண்றாங்கன்னு பார்த்துட்டு வரையா? கொஞ்ச நேரம் அவங்க கூட விளையாடிட்டு வரையா?" என்றாள்.

"சரி அத்தை" என்று சொல்லி விட்டு ஓடினாள். பெரியவங்க போனால் அவளுக்கு இன்னும் துக்கம் தான் அதிகமாகும் சின்னப் பொண்ணுகிட்ட அவ கொஞ்சம் ஃபிரியா பழகுவான்னு நினைத்து ரேவதி இதைச் செய்தாள்.

தர்ஷினி போகும் போது அவளுடைய தம்பி ரேவந்த்தையும் கூட்டிக் கொண்டு சென்றாள்.

கதவை லேசாக தள்ளி எட்டிப் பார்த்தவள், சுவர் ஓரம் அமர்ந்திருந்த யாழ்நிலாவைப் பார்த்து விட்டு உள்ளே சென்றார்கள்.

நேராக அவள் முன் போய் நின்று "அத்தை என்ன பண்றீங்க?" என்றாள்.

தீடீரென்று கேட்ட சிறுமியின் குரலில் தன் கண்ணீரைக் கட்டுப்படுத்தி "இதோ வரேன் இருங்க" என்று சொல்லி விட்டுப் பாத்ரூம் சென்று முகம் கழுவிக் கொண்டு வந்து அவர்களோடு அமர்ந்தாள்.

"நீ யார் பொண்ணு? உன் பெயர் என்ன?" என்றாள்

அதற்கு அவளோ "அத்தை இது கூட உங்களுக்குத் தெரியாதா? நான் சாருமதி பொண்ணு இவன் என் தம்பி" என்றாள் அந்த வாயாடி.

அவளுக்கு சாருமதியை மட்டும் தெரிந்து விடவா போகிறது. இத்தனை பேர் இருக்கும் இந்த வீட்டில் யார் யார் என்ன என்ன உறவு என்று அவளுக்குப் புரியவில்லை.

அதை அந்தச் சிறுமியிடம் காட்டிக் கொள்ள விருப்பமும் இல்லை "அப்படியா நீ என்ன படிக்கற? எந்த ஸ்கூல்? இது உன் தம்பியா அவன் என்ன படிக்கறான்?" என்று அவர்களைப் பற்றிக் கேட்டுத் தெரிந்து கொண்டாள்.

தர்ஷினியும் அத்தை கேட்ட கேள்விக்குச் சமத்தாகப் பதில் சொன்னவள், "அத்தை நீங்க மட்டும் ஏன் இந்த ரூம்லயே இருக்கீங்க.

அம்மா அத்தை பாட்டி எல்லாம் சமையல் செய்யறாங்க நீங்களும் வாங்க" என்று அவள் கையைப் பிடித்து இழுத்தாள்.

தன் நிலமையை எப்படி இந்தப் பெண்ணிடம் சொல்வது? சொன்னால் புரிந்து கொள்ளும் வயசா சரி நாமளும் இங்கயே எவ்வளவு நேரம் அடைந்து கிடப்பது போய் தான் பார்க்கலாம் என்று நினைத்தவள்.

எழுந்து தன் உடையைப் பார்த்தவளுக்குப் பக்கென்று இருந்தது ஒரு நிமிஷம் ஒன்றுமே புரியாமல் உடம்பெல்லாம் படபடப்பாகிப் போனது. நான் போட்டிருந்த உடையை யார் மாற்றி விட்டது என்ற கேள்வியே அவளுக்குப் பூதாகரமாகத் தோன்றியது.

அது கூடத் தெரியாமல் மயங்கிக் கிடந்திருக்கேன் என்று அவள் மீதே அவளுக்குக் கோபமாக வந்தது.

கண்கலங்க "தர்ஷினி பாப்பா நான் மயங்கிக் இருக்கும் போது நீ பார்த்தியா யார் இங்க தூக்கிட்டு வந்தாங்க?" என்று சிறுமியிடம் கேட்டாள்.

"சித்து மாமா தான் தூக்கிட்டு வந்தாங்க அத்தை. அவங்க தான் எல்லாரையும் வெளியில் துரத்தி விட்டுட்டு உங்ககிட்ட இருந்தாங்க டாக்டர் அங்கில் கூட வந்தாங்களே" என்றாள்.

அவளுக்குப் பேச்சே வரவில்லை அப்போ அவன் தான் இதெல்லாம் பண்ணியதா? என்ன தைரியம் இருந்தால் என்னைத் தொட்டுத் தூக்கி இருப்பான்.

எனக்கு வேறு உடை மாற்றி இருப்பான். இவனுக்கு இந்த உரிமையை யார் கொடுத்தது என்று கொதித்துப் போனவள் வரட்டும் கவனிச்சுக்கறேன் என்று பொங்கிக் கொண்டிருந்தாள்.

"அத்தை அத்தை" என்று மறுபடியும் தர்ஷினி கையைப் பிடித்து இழுக்கும் போது தான் தன் நினைவிலிருந்து வெளிவந்து அவளோடு சென்றாள்.

இவளைப் பார்த்ததும் ரேவதியும் சுதாவும் "என்னமா உடம்பு பரவாயில்லையா? எதாவது சாப்பிடறியா?" என்று கேட்டார்கள்.

செண்பகம் "இருமா ஜூஸ் போட்டுத் தறேன்" என்று சொல்லி விட்டு ஆப்பிளைக் கட் பண்ணி ஜூஸ் போட்டுக் கொடுத்தாள்.

வாங்கிக் கொண்டவளுக்கு அவர்களின் இதமான பேச்சு கொஞ்சம் நிம்மதியாக இருந்தது அதை வாங்கி குடித்தாள்.

"ஏம்மா அவ்வளவு கிட்டப் போன. ஓரமா வெச்சுட்டு வரவேண்டியது தானே. அவன்தான் கூறுகெட்டுப் போய் உங்கப்பாவ பழிவாங்கறேன்னு உன்னை இப்படி பண்ணச் சொன்னால் நீ ஏன்மா செய்யற?" என்றாள் சாருமதி.

"அதைச் சொல்லித் தான் எனக்குத் தாலி கட்டி கூட்டி வந்தான். எங்க அப்பா எந்த தப்பும் செய்திருக்க மாட்டார் அந்த நம்பிக்கை எனக்கு இருக்கு.

எங்க அப்பா என்னை இங்க விட்டு வெச்சிருக்கார்ன்னா அதுக்கு நிச்சயமா ஒரு காரணம் இருக்கும். இவன் எப்படி அவங்க அக்காவைப் பார்த்துக்க என்னைக் கூட்டி வந்தானோ அதே மாதிரி எங்கப்பாவுக்கும் நான் அதைச் செய்வதில் விருப்பம் இருக்கலாம்.

அவங்களப் பார்த்ததும் எனக்குப் பயம் வந்துருச்சு. அதான் கொஞ்சம் சொதப்பிட்டேன் இனி இப்படி நடக்காது" என்றாள்.

அவளை வியப்புடன் பார்த்தவர்கள் "என்ன மறுபடியும் அவங்களுக்குச் சாப்பாடு கொடுக்கப் போவியா?" என்றாள் சுதா.

"அதெல்லாம் வேண்டாம்ன்னு சித்துவே சொல்லிட்டான் இனிமேல் ஆம்பளைங்களே பார்த்துப்பாங்க. நாம குளித்துவிடும் போது மட்டும் போனால் போதும்.

அவளும் எங்களைக் கண்டால் ரொம்பவும் ஆக்ரோஷமா இருக்கா. சித்து கிஷோர்கிட்ட எல்லாம் அப்படி பண்றதில்லை" என்றாள் சாருமதி.

"இல்லை அக்கா இனி அவங்களுக்கு எல்லாம் நான் தான் செய்வேன்" என்று உறுதியோடு சொன்னவளின் முகத்தை அதிர்ச்சியோடு பார்த்துக் கொண்டிருந்தார்கள் அனைவரும்.

5

அத்தியாயம் 5

இரவு சித்து தன் அறைக்கு வரும் போது வெகு நேரம் ஆகியிருந்தது. தான் எது செய்தாலும் சரியாக இருக்கும் என்று சொல்லி விட்டுக் கடந்து விடும் தன் குடும்பத்தினர், இன்று தனக்கு அட்வைஸ் பண்ணியதை அவனால் ஏற்றுக் கொள்ள முடியவில்லை.

இவர்களிடம் என் பக்க ஞாயத்தைக் கூட எடுத்துச் சொல்ல முடியாத நிலையில், தன் மனதின் போக்கைத் தன்னாலேயே கணிக்க முடியாமல் ஏதோ சுழலுக்குள் மாட்டிக் கொண்டதைப் போல உணர்ந்தவன் வீடு வரவே பயப்பட்டான்.

எல்லாரும் தூங்கி இருப்பார்கள் என்று நினைத்துக் கொண்டு வீடு வந்தவனை, அவனுடைய மனைவி தூங்காமல் விழித்திருந்து அவனுக்கு அதிர்ச்சி கொடுத்தாள்.

அவளைக் கண்டு கொள்ளாமல் குளியலறைக்குள் நுழைந்து கொண்டான்.

அவன் குளித்து விட்டு வெளியில் வரும் வரை காத்திருந்தவள், டவளால் முகம் துடைத்துக் கொண்டு வந்தவன் முன்பு போய் நின்றாள்.

அவன் புரியாமல் அவளைப் பார்க்க, அவளோ கோபத்துடன், "என் துணியை நீ தான் மாற்றி விட்டாயா? எவ்வளவு துணிச்சல் இருந்தால் என்னைத் தொட்டுத் தூக்கியிருப்ப.

உனக்கு வெக்கமா இல்லை ஒரு பொண்ணோட அனுமதி இல்லாம அவளைத் தொடரது எவ்வளவு பெரிய தவறு. உனக்கு அந்த உரிமையை யார் தந்தது?.

உங்க அக்காவைப் பார்த்துக் கொள்ளத் தானே இந்தக் கயிரை என் கழுத்தில் கட்டிக் கூட்டிட்டு வந்த, அதை எப்படி செய்யனும்னு எனக்குத் தெரியும். இனி கிட்ட வர்ரது தொடரது இதெல்லாம் வெச்சுக்கிட்ட நடக்கறதே வேற"

என்று பொரிப் பொரிந்து விட்டு மூச்சு வாங்க அவள் இடத்தில் போய் படுத்துக் கொண்டவள், "ஆளையும் முகரையும் பாரு பெரிய ஹீரோன்னு நினைப்பு" என்று

முனகிக் கொண்டே போர்வையைப் போர்த்தியது தான் தெரியும் அவளுக்கு.

ஏற்கனவே கோபத்தில் இருந்தவனுக்கு இன்னும் எண்ணெய் ஊற்றி விட்டுப் போய் படுத்திவளை, வேகமாகச் சென்று ஒரே இழுப்பில் தூக்கி தன் அணைப்புக்குள் நிறுத்தியவன்,

அவள் இதழில் தன் இதழைப் பொருத்தி, இவ்வளவு நேரம் தனக்குள் இருந்த மனவுளைச்சலை மொத்தமாக முத்தமாக அவளுக்குள் இறக்கிக் கொண்டிருந்தான்.

அவள் என்ன நடக்குது என்று உணரும் முன்பே, அவன் மீளமுடியாத தூரத்திற்கு அவளை இழுத்துச் சென்றவனின் கைகள் தடம்மாற.

அவள் உடம்பு முழுவதும் நடுக்கத்தில் உதறியது. அவனுக்கோ அவளின் தேகம் தந்த இன்ப அவஸ்தையில், தன் உடலில் மின்சாரத்தின் தீண்டல் போல் உடம்பு முழுவதும் பரவி, அவனை மீள முடியாத உலகத்திற்கு இழுத்துச் சென்றது.

அவனின் கை அவளின் மென்மையை உணர்ந்து அடுத்து கட்டத்திற்குத் தாவத் துடித்தது.

நொடிப் பொழுதில் சுதாரித்து தன் ஒட்டு மொத்த பலத்தையும் திரட்டி, அவனைப் பிடித்து வேகமாகத் தள்ளி விட்டாள். அவள் உடம்பு முழுவதும் நடுக்கத்துடன் மூச்சு வாங்க நின்றாள்.

இதுவரை அனுபவித்திராத உணர்வில் கட்டுண்டு கிடந்தவன், அதைப் பிடுங்கியது போல் நடந்து கொண்ட மனைவியின் மேல் கட்டுக்கடங்காத கோபம் வந்தது.

"என்னையா தள்ளி விடுற" என்றவன், ஒரு நொடியில் அவளைத் தூக்கிக் கொண்டு போய் கட்டிலில் போட்டவன், அவள் மேல் படர்ந்து தன் ஆளுமையை நிலைநாட்ட முயற்சித்தான்.

அதுவரை தைரியமாக எதிர்த்து நின்றவளால் அதற்கு மேல் தாங்கமுடியாமல், கண்ணீருடன் தன் இரு கைகளையும் சேர்த்து அவனைக் கும்பிட்டு, "என்னை விட்ரு" என்று கதறினாள்.

அவள் எதிர்ப்பைத் தாங்கிக் கொண்டவனால் இந்தக் கதறலைத் தாங்க முடியாமல், "ச்சை" என்று கோபத்துடன் எழுந்து வேகவேகமாக வெளியே சென்று விட்டான்.

தன் நிலைமையை நினைத்துக் கதறி அழுதவள் அப்படியே தூங்கியும் போனாள்.

காலையில் கண் விழித்தவளுக்கு இரவு நடந்தது ஞாபகம் வர உடனே அவனைத் தேடினாள். அப்பொழுது தான் இரவு வெளியே சென்றவன் இன்னும் வரவில்லை என்பது தெரிந்தது.

இனி இவனோடு இந்த மாதிரி வாழ்க்கையையும் வாழனுமா? ஒரு நாள் கையெடுத்துக் கும்பிட்டதும் விட்டுவிட்டான் தினமும் அப்படி விடுவானா?

அதுவும் நேற்று அவ்வளவு கோபத்துடன் சென்றானே என்று, அவள் மனசுக்குள் ஏதேதோ ஞாபகம் வந்து ஆட்டிப்படைத்தது.

கொஞ்ச நேரம் அதிலேயே உழன்றவள் குளித்து விட்டு கீழே சென்றாள்.

அவளைப் பார்த்ததும் அவளுடைய மாமியார், "யாழ் நைட் சித்து வந்தானா?" என்று கேட்டார்.

"வந்தார் அத்தை" என்றாள் தயக்கத்துடன்.

"யாருமே பார்க்கலை வரலையோன்னு நினைச்சோம், அவன் வெளியில எங்கயும் சாப்பிட மாட்டான் நேத்துக் கோபத்துடன் போனான். அதான் சாப்பிடாம இருப்பானேன்னு நினைச்சேன். நல்ல வேளை நைட் வந்தான்னு சொன்னையே இப்பத் தான் நிம்மதியா இருக்கு" என்று சொல்லி விட்டுத் தன் வேலையைப் பார்த்தார்.

யாழுக்கு அப்பொழுது தான் சித்து நைட் சாப்பிடவில்லை என்பதே ஞாபகம் வந்தது. சே நாம குளிச்சிட்டு வந்ததும் கேட்டிருக்க கூடாது கொஞ்சம் பொறுமையா இருந்திருக்கலாமோ, ஒரு நாள் முழுவதும் சாப்பிடாம இருக்கானே என்று பெண்களுக்கே உண்டான இறக்க குணம் தலை தூக்கியது.

அதே யோசனையில், "அக்கா யசோதா அக்காவுக்குச் சாப்பாடு போட்டுக் கொடுங்க கொண்டு போய் கொடுத்துட்டு வரேன்" என்றாள்.

"வேண்டாம்மா பசங்க யாராவது வரட்டும், நேத்து உன்னை அந்தக் கோலத்துல பார்த்ததுக்கே சித்து ஆடிப்போயிட்டான்.

இதுல அவனை நாங்க எல்லாரும் சேர்ந்து திட்டிட்டோம் பாவம் பையன். இதுக்கு மேல எந்தப் பிரச்சனையும் பண்ணாம உங்க ரெண்டு பேர் பிரச்சனையையும் ரூமுக்குள்ளயே வெச்சுக்குங்க" என்றாள் சாரு.

"அக்கா அதெல்லாம் ஒன்னும் ஆகாது நான் பார்த்துப்பேன் நீங்க குடுங்க" என்று அவளிடம் பிடிவாதம் பிடித்து வாங்கிக் கொண்டு யசோதாவின் அறைக்குச் சென்றாள்.

யாழ் அறைக்குள் நுழைந்ததும், யசோதா கத்திக் கொண்டு இரண்டு காலிலும் குதித்து சங்கிலியை இழுத்து ஆர்பாட்டம் பண்ணினாள்.

நேத்து மாதிரி பயத்தில் மாட்டிக் கொள்ளாமல், யசோதாவின் ஆக்ரோஷத்தைப் பார்த்துக் கொண்டே சாப்பாட்டை ஓரமாக கொண்டு போய் வைத்தாள்.

பின் அவளிடம் கிட்டே போவதும் அவள் ஆஆ என்று கத்திக் கொண்டு வந்தால், பின்னே செல்வதுமாக கொஞ்ச நேரம் விளையாட்டுக் காட்டினாள்.

யசோதா கத்தி கத்தி சோர்ந்து போனதும், நொடிப்பொழுதில் அவளுடைய இரண்டு கையையும் பின்னாடி இழுத்து, தன் தோளில் தொங்கிய துப்பட்டாவில்

இறுக்கிக் கட்டி விட்டாள்.

பின் முன்னாடி வந்து காலில் கட்டி இருந்த சங்கிலியைக் கழற்றி கொஞ்சம் தள்ளி கட்டிலில் கட்டினாள்.

இரண்டு கையும் கட்டப்பட்டதால் யசோதா இன்னும் அதிகமாக கூக்குரலிட, அதைக் காதிலே வாங்காதவள் போல அங்கிருந்த செல்பிலிருந்து, அவளுக்குத் தேவையான மாற்று உடை எல்லாம் எடுத்து வைத்து விட்டு வந்து அவளைப் குளியலறையிற்குக் கூப்பிட்டாள் யாழ்.

கூப்பிட்டதும் வரும் நிலையிலா அவள் இருக்கிறாள். அவள் கைக்கு அகப்படாமல் அங்கேயும் இங்கேயும் ஓடியவளை, எட்டிப் பிடித்து அவள் புடவையை உருவியதும், பெண்களுக்கே உரிய இயற்கை குணம் தலை தூக்கக் குனிந்து தன்னை மறைக்கப் பார்த்தாள்.

அதில் யாழுக்குச் சிரிப்பு வர, "நான் உங்களுக்கு மகள் மாதிரி தான் அம்மா" என்று முதல் முறையாக அழைத்தவள், "என்கிட்ட உங்களுக்கு எந்த கூச்சமும் வேண்டாம்" என்று புரியுதோ இல்லையோ என்று நினைக்காமல் சொன்னாள்.

பின் வரமாட்டேன் என்று அடம்பிடித்தவளை இழுத்துச் சென்று குளியலறைக்குள் புகுத்தினாள். கைகள் இரண்டும் பின்னாடி கட்டப்பட்ட நிலையில் அவளால் கத்துவதைத் தவிர எதுவும் செய்ய முடியவில்லை.

யாழ் அவளை நன்றாக குளிக்க வைத்து அப்படியே வெளியில் அழைத்து வந்து இருக்கையில் அமர்த்தியவள், தலை உடம்பு எல்லாம் நன்றாக துவட்டி விட்டாள்.

இதை எல்லாம் செய்யும் போது யாழ் எதாவது பேசிக் கொண்டே இருந்தாள். யசோதாவோ ஆ ஆஆ ஊஊஊ என்று கத்திக் கொண்டிருந்தாள்.

யாழ் அவளுக்கு உடையை உடுத்தி விட்டுத் தலை வாரிப் பொட்டு வைத்து, சாப்பாட்டை எடுத்து ஊட்டவும் சாப்பிடாமல் அடம்பிடித்தாள்.

அவள் வாயை அழுத்திப் பிடித்து ஊட்டியவள், "சாப்பிட்டால் கைக்கட்டை அவிழ்த்து விடுவேன்" என்று சத்தமாகச் சொன்னவள் சைகையிலும் செய்து காட்டினாள்.

அதை எல்லாம் காதில் வாங்காமல் அவள் இஷ்டத்திற்குச் செய்தவளை, சாப்பிட வைக்க தான் ரொம்பவும் சிரமப்பட்டுப் போனாள் யாழ்.

ஒரு வழியாக சாப்பிட வைத்து அவளுடைய கைக்கட்டை அவிழ்த்து விட்டு விட்டுத் தூர ஓடி நின்று கொண்டாள்.

கை கட்டு அவிழ்த்து விட்டதும் வழி தாங்க முடியாமல் இரண்டு கையை தூக்கிக் கொண்டு அவளைப் பிடிக்க ஓடி வரவும், சாப்பிடும் பிளேட்டை எடுத்துக் கொண்டு பறந்து விட்டாள் யாழ்.

கதவுக்கு வெளியில் வந்து மூச்சு வாங்கியவளுக்குச் சிரிப்பு தாங்க முடியவில்லை. இல்லாத காலரை அவளே தூக்கி விட்டுக் கொண்டு சமையலறைக்குச் சென்றாள்.

எல்லாரும் அவளை நினைத்துப் பயந்து கொண்டிருக்க அவளோ சிரிப்புடன் வந்து, "யசோதா அம்மாவுக்கு எல்லாம் செய்து முடுச்சுட்டேன்" என்றாள்.

"என்னது யசோதா அம்மாவா?" என்று ஆச்சரியமாக கேட்ட சாரு, "என்னை அக்கான்னு தானே கூப்பிடற அவளை மட்டும் அம்மான்னு கூப்பிடற" என்றாள்.

அப்பொழுது திருதிருவென்று முழித்தவள், "தெரியலை எனக்கு அவங்களை அப்படித் தான் கூப்பிடத் தோனுச்சு" என்று சொன்ன மருமகளைச் செண்பகம் கலங்கிய விழிகளுடன் அணைத்துக் கொண்டாள்.

"யசோதாவுக்கும் கல்யாணம் ஆனதும் குழந்தை இருந்திருந்தால் உன்னை விட இரண்டு மூன்று வயசு குறைவா இருக்கும், அவளுக்கு அந்தக் கொடுப்பினை இல்லாமலே போயிருச்சு.

இப்படி அனாதரவா அவளையே அவளுக்கு யாருன்னு தெரியாத ஒரு நிலையில இருக்காளே" என்று அழுது புலம்பியவளை ரேவதி வந்து தேற்றினாள்.

"அத்தை முடுஞ்சதைப் பத்தி பேச வேண்டாம், அக்காவுக்குக் குழந்தை இல்லனா என்ன? இப்ப யாழ் அம்மான்னு கூப்பிடறா அவளே குழந்தையா இருந்துட்டுப் போகட்டும்.

ஏன் யாழ் இன்னைக்கு அக்கா உன்கிட்ட முரண்டு பிடிக்கலையா?" என்றாள் ரேவதி.

"பிடிச்சாங்க நான் சாமாளிச்சு குளிச்சு விட்டுத் தலை சீவி சாப்பாடு கொடுத்துட்டுத் தான் வந்தேன்" என்றாள்.

"என்னது நீ ஒருத்தியே குளிக்கவும் வெச்சுட்டியா? நீ சாமர்த்தியமான பொண்ணு தான்" என்றாள் சாரு.

"நீயும் வந்து சாப்பிடுமா" என்று ரேவதி ப்ளேட்டை எடுத்து உணவைப் போட்டுக் கொடுத்தாள்.

அதை வாங்கிக் கொண்டு அங்கிருந்த டேபிளில் அமர்ந்தவளுக்கு, இன்னும் அவன் வரலையே நேத்து நான் சாப்பிட்டு வரும் வரை பொறுத்திருந்து பேசி இருக்கனும்.

பேசி சண்டை வந்தா இப்படித் தான் வீட்டை விட்டு வெளியே போவானா? என்று நினைத்தவளுக்கு எதனால் போனான் என்ற நினைவு வரவும், அவன் போனதே பரவாயில்லை என்று நினைத்துக் கொண்டாள்.

இப்ப நான் மட்டும் எப்படிச் சாப்பிடறது அப்படிச் சாப்பிட்டால் எதாவது தவறா நினைச்சுக்குவாங்களோ என்று, திரும்பி அனைவரும் அமர்ந்திருந்த இடத்தைப் பார்த்தாள்.

"என்ன வேணும் யாழ்" என்று சுதா எழுந்திருச்சு வரவும், "அதெல்லாம் எதுவும் வேண்டாம் அக்கா" என்று அவசரமாகச் சொன்னவள், "நீங்க எல்லாரும் சாப்பிட்டீங்களா?" என்று கேட்டாள்.

"எல்லாரும் சாப்பிட்டோம் உன் புருஷனைத் தான் இன்னும் காணாம்" என்று பெருமூச்சு விட்டாள் செண்பகம்.

அவளால் சாப்பிடவும் முடியவில்லை சாப்பிடாமல் இருக்கவும் முடியவில்லை. நாம் சாப்பாடு வேண்டாம்ன்னு சொல்லிட்டுப் போனால், எதாவது தவறா நினைச்சுக்குவாங்களா? என்னால் தான் அவன் சாப்பிடலை.

எங்க வீட்ல இப்படி யாரும் ஒருநாள் ஒரு வேளை சாப்பிடாம இருந்ததில்லை. இப்ப நான் என்ன பண்றது என்று நினைத்தவள், "அத்தை ஒரு நாள் முழுவதும் அவன் சாப்பிடலைனால் நீங்க எதுவும் போன் பண்ணிக் கேட்க மாட்டீங்களா?" என்றாள்.

"யார்? நாங்க, கேட்டுடாலும் அவன் பதில் சொல்லிட்டுத் தான் மறுவேலை பார்ப்பான்" என்றார் செண்பகம் நொடிந்து கொண்டு.

"நீ எதுவும் தவறா எடுத்துக்காத மா அவனுக்கு அப்படி எல்லாம் போன் பண்ணிற முடியாது. எந்த மனநிலையில இருக்கான்னு தெரியாம நாம போன் பண்ணிட்டோம்ன்னு வை, அப்பறம் அவன் கோபத்துக்கு நாம அப்பளமா பொறியனும்.

அவனே போன் பண்ணினால் தான் உண்டு. இப்ப அவன் இருக்கும் நிலையில போன் பண்ணினோம் அவ்வளவு தான்" என்று தன் பயத்தையும் சேர்த்தே காட்டினாள் சாரு.

"வீட்டுக்கு அடங்காத புள்ளை தருதலைன்னு சொல்லுவாங்க, இவனும் அப்படி சுத்தறவனா இருக்குமோ, இதுல அக்கா மேல பாசம் இருக்கற மாதிரி என்னை வேற கல்யாணம் பண்ணிட்டு வந்திருக்கான், என்று எண்ணப் போக்கிலேயே சாப்பிட்டும் முடித்தாள்.

கை கழுவிக் கொண்டு தன் அறைக்குச் சென்றவளிடம், "எவ்வளவு நேரம் தான் அந்த ரூம்லயே அடைந்து கிடப்ப, தர்ஷினி கூடப் போய் நம்ம எஸ்டேட்டைச் சுத்திப் பார்த்துட்டு வா, இங்க பாக்கறக்கு நிறைய இடம் இருக்கும்" என்றாள் செண்பகம்.

"எனக்கும் ஆசையாகத்தான் இருக்கு அத்தை, ஆனா உங்க மகன் வந்து எதாவது சொன்னால் என்ன பண்றது" என்று தயக்கத்துடன் கேட்டாள்.

"ஆமாம் நல்ல வேலை ஞாபகப் படுத்தின, கண்டிப்பா இது தான் சாக்குன்னு எல்லாரையுமே திட்டுவான்" என்று பரிதாபமாகச் சொன்ன மாமியாரிடம், "நான் வேணா உங்க கூடச் சேர்ந்து வீட்டு வேலை செய்யட்டுமா?" என்று கேட்டாள்.

"இதை எல்லாம் கேட்கனுமா இது உன் வீடு வா வா" என்றாள் சாரு. பின் அவர்கள் பேசிக் கொண்டே மதிய சமையலைச் செய்து முடித்தார்கள்.

மதிய உணவு நேரத்திற்குத் தான் வீட்டிற்கு வந்தான் சித்து. "டேய் எங்கடா போன சாப்பிடக் கூட வரமுடியாதளவுக்கு உனக்கு அப்படி என்ன வேலை பெருசாப் போச்சு.

இப்படி வரபட்டினியா கிடப்பையா முதல்ல வந்து சாப்பிடு" என்றார் அவனின் தாய்.

மனைவியை அழுத்தமான பார்வை பார்த்தவன் தன் தாயிடம், "நான் குளிச்சுட்டு வந்து சாப்பிடறேன் அம்மா" என்று சொல்லி விட்டுத் தன் அறைக்குச் சென்றவன், கொஞ்ச தூரம் சென்று திரும்பிப் பார்த்தான்.

மனைவி அதே இடத்தில் நிற்பதைப் பார்த்து விட்டு, "புருஷன் வீட்டுக்கு வந்தால் அவனைக் கவனிக்கிறதைத் தவிர மத்ததெல்லாம் நல்லா தெரியுது" என்று உருமி விட்டுச் சென்றான்.

யாழ் பதற்றத்துடன் தன் மாமியார் நாத்தனாரைப் பார்த்து விட்டு, வேகமாக அறைக்குச் சென்றாள்.

அவன் கபோடில் மாற்று உடை எடுத்துக் கொண்டிருக்க, யாழ் கட்டிலுக்குப் பக்கத்தில் போய் நின்று கொண்டாள்.

துணியை எடுத்துக் கொண்டு குளிக்கச் சென்றவன், அவளை வெறித்துப் பார்த்துக் கொண்டே சென்றான்.

அவனின் பார்வை அவளுக்குப் புளியைக் கரைக்க, இவன் என்ன சொன்னாலும் செய்யனும் எதிர்த்துப் பேசக் கூடாது என்று தனக்குத் தானே கட்டளை இட்டுக் கொண்டாள்.

எங்கே அவனைக் கோபப்படுத்தினால் இரவு நடந்தது போல இப்பவும் நடந்து கொள்வானோ என்ற பயத்தில்.

குளித்து விட்டு வந்த சித்து நேரா அக்காவின் அறைக்குச் சென்றான். இவனைப் பார்த்ததும் கத்தியவளைப் பார்த்தவனுக்கு, அவளின் சுத்தமான உடையும் நேர்த்தியாகப் பின்னிய ஜடையும் வியப்பை அளித்தது.

அவன் பின்னேயே வந்த மனைவியைப் பார்த்தவன், இதெல்லாம் உன் வேலையா?" என்றான்.

அவள் ஆமாம் என்பது போல் தலையாட்டவும், "பரவாயில்லையே" என்று வியந்து போனான். அவனுக்குத் தானே தெரியும், நேற்று அக்காவின் நகம் அவள் உடம்பில் போட்டிருந்த கோலம்.

"போய் சாப்பாடு எடுத்துட்டு வா இப்ப கொடுத்தறலாம்" என்று மனைவியிடம் சொல்லி விட்டு, அக்காவின் அருகில் சென்று இரு கைகளையும் இறுக்கமாகப் பற்றிக் கொண்டான் சித்து.

6

அத்தியாயம் 6

யாழ் போய் சாப்பாடு எடுத்து வந்ததும் அதை வாங்கி கீழே வைத்து விட்டு, அவளுடைய இருண்டு கையையும் பிடித்துக் கொண்டு வாயில் சாப்பாட்டை வைத்துத் திணித்தான்.

அவனுடைய உடல் பலத்துக்கும் முரட்டுத்தனத்துக்கும் வெகு சீக்கிரமாக உணவு எல்லாம் காலியாகி விட தண்ணீரைக் கொடுத்து விட்டு, அக்காவின் முகமெல்லாம் துடைத்து விட்டான்.

அவள் கரத்தைப் பிடித்தபடியே கொஞ்ச நேரம் அமர்ந்திருந்தவன் ஆழ்ந்து சுவாசித்து விட்டு, "வா போகலாம்" என்று மனைவியை அழைத்துக் கொண்டு சென்றான்.

பின்னாடியே சென்றவள், ப்ளேட்டை கொண்டு போய் வைத்து விட்டு வந்து மாமியாரோடு அமர்ந்து கொள்ள, டைனிங் டேபிளில் அமர்ந்திருந்த சித்து,

"ஏய் உங்கப்பனா வந்து சோறு போடுவான். உன் வயிறு நிறைந்தால் சரி புருஷன் சாப்பிட்டால் என்ன சாப்பிடாவிட்டால் உனக்கு என்ன கவலை. வளர்ப்பு அப்படி நல்லது கெட்டது சொல்லிக் கொடுத்து வளர்த்திருக்கனும்" என்றான் அவளே வந்து சாப்பாடு போடாத கோபத்தில்.

தன் குடும்பத்தைப் பற்றிச் சொன்னதும் எங்கிருந்து தான் அவளுக்கு அவ்வளவு கோபம் வந்துச்சோ, "எனக்கு எல்லாம் சொல்லிக் கொடுத்துத் தான் வளர்த்திருக்காங்க. உனக்குச் சொல்லிக் கொடுத்து வளர்த்த லட்சணம் தான் தெரியுதே" என்று அதே ஆத்திரத்துடன் சொன்னவள், அப்போது தான் ஞாபகம் வந்தவளாக, "ஸாரி அத்தை உங்களைச் சொல்லலை வாயில் வந்துருச்சு" என்று மாமியாரின் கையைப் பிடித்தாள்.

"நீ பேசுமா இதில் எனக்கு எந்த வருத்தமும் இல்லை. நீ தான் அவனுக்குப் பொண்டாட்டி அவன் பேசறதா இருந்தால் உன்னைத் தான் பேசனும். உங்க

குடும்பத்தில் உள்ளவர்களைப் பேசினால், நீயும் அவன் குடும்பத்தில் உள்ளவங்களைப் பேசற. நாம என்ன விதைக்கறமோ அதான் நமக்கு வரும்" என்று சொன்னவள்,

"ஒரு நிமிஷத்துல உன்னைப் பெத்தவளுக்கு நல்ல பேர் வாங்கி கொடுத்துட்ட சித்து" என்று தன் மகனிடம் கோபமாகச் சொல்லி விட்டுச் சென்று விட்டார் செண்பகம்.

அவனும் கோபத்துடன் எழுந்து செல்லவும், யாழ்க்கு என்ன செய்வது என்றே புரியவில்லை. எப்பப் பாரு சாப்பிடும் நேரமே சண்டை வருது அவன் வேறு கொலைப் பட்டினியா கிடக்கறான். இப்பவும் சாப்பிடாம போனால் என்ன செய்வது, நான் தான் கொஞ்சம் வாயை வைத்துக் கொண்டு சும்மா இருந்திருக்கலாம் என்று நினைத்தவள், எப்படி அவனைச் சாப்பிட அழைப்பது என்று தெரியாமல் திணறிப் போனாள்.

தன் அறைக்குச் செல்பவனையே பார்த்துக் கொண்டிருந்தவள், சாப்பாட்டைப் போட்டு எடுத்துக் கொண்டு அறைக்குச் சென்றாள்.

அவன் கட்டிலில் படுத்திருந்தான் அவன் முன் கொண்டு போய் சாப்பாட்டை வைத்தவள், "வந்து சாப்பிடு" என்றாள்.

அவளையே முறைத்துப் பார்த்தவன், "பேசறதை எல்லாம் பேசிட்டு இப்ப சாப்பாட்டைக் கொண்டு வந்துவிட்டால் போதுமா? எனக்கு வேண்டாம் நீயே சாப்பிடு" என்றான்.

"என்ன நான் பேசினேனா முதல்ல ஆரம்பிச்சது யாரு?, வந்து சாப்பாடு போடுன்னு சொன்னால் போடறேன். அதை விட்டுட்டு எங்க அப்பாவை எல்லாம் ஏன் இழுக்கிற" என்றாள் சூடாக.

இவகிட்ட பேசிட்டு இருந்தால் வேலைக்காகாது. நாம பொண்டாட்டியா நடத்தி இருந்தால் புருஷன்ங்கற நினைப்பு அவ மனசுல இருந்திருக்கும். ஓடி வந்து சோறு போட்டிருப்பா, இப்படி ஏட்டிக்குப் போட்டியா பேச மாட்டாள் என்று நினைத்தவன்,

வேகமாக எழுந்து அவளை நோக்கிச் சென்றான். அவளோ மிரண்டபடி பின்னே சென்றாள்.

சுவரில் முட்டி நின்றவளின் இருபக்கமும் கையை வைத்துக் கொண்டவன், அவளிடம் நெருங்கி நின்றான்.

மூச்சுக் காற்று அவள் உடம்பில் அனலாய் பட்டுத் தெரிக்க, அவள் உடலில் படபடப்பும் நடுக்கமும் தோன்றியது.

அவள் முகத்தையே அழுந்தப் பார்த்தபடி இன்னும் நெருங்கினான். தன்னைக் குறுக்கிக் கொண்டவள், விழியுயர்த்தி அவனைப் பார்க்க அவன் விழியும் அவளைப் பார்க்க, இரண்டு விழிகளும் சந்தித்து மீண்டது.

அவள் முகத்தில் தன் விரலைக் கொண்டு கோலமிட்டான். மெல்லிய நடுக்கத்துடன் இந்த புது வித உணர்வில் அவளையும் மீறி கண்கள் மூடிக் கொள்ள, அவனின் தொடுகை அவளைச் சிலிர்க்க வைத்தது.

அவனும் அவளின் நிலையறிந்து தனக்குள் சிரித்துக் கொண்டே, நெற்றிக் கண் கன்னம் என்று எல்லாப் பக்கமும் முத்தத்தால் அபிஷேகம் செய்தவன், கடைசியில் அவள் இதழில் பிரசாதம் படைத்தான்.

அவள் இதழில் மெல்ல மெல்ல முற்றுகையிட்டவன், உணர்வுகளின் தாக்கத்தில் வன்மையாக இதழைச் சுவைத்தான்.

இருவரும் தங்கள் உலகத்தில் மெல்ல மெல்ல முன்னேறிய சமயத்தில், கதவு தட்டப்படும் ஓசை கேட்டு இருவரும் தங்களை மீட்டுக் கொண்டார்கள்.

யாழ் அவனைப் பார்க்க முடியாமல் வெக்கத்தில் தலை குனிந்து கொள்ள, கன்னம் இரண்டிலும் மொத்த ரத்தமும் பாய்த்து சிவக்கச் செய்திருந்ததை வியப்புடன் பார்த்தவன்,

அதைத் தொட்டுப் பார்த்து விட்டு, "என்னடி தொட்டால் ஒட்டிக்கற மாதிரி இவ்வளவு சிவந்திருக்கு" என்று அந்த இரு கன்னத்திலும் அழுந்த முத்தமிட, அவள் உடல் பலமிழந்து கால்கள் நடுங்கக் கீழே விழப்போனாள்.

அவளைத் தூக்கி தன்னோடு அணைத்துக் கொண்டவன், மறுபடியும் கதவு தட்டும் ஓசை கேட்டுக் கோபத்துடன், "இது வேற நேரம் காலம் தெரியாமல் யார் இப்படித் தட்டறது" என்று சலிப்புடன் சொல்லி விட்டு, அவளைத் தூக்கிக் கொண்டு போய் கட்டிலில் விட்டவன், "இருடி யாருன்னு பார்த்துட்டு வரேன்" என்று சொல்லி விட்டுப் போய் கதவைத் திறந்தான்.

"சித்து ஊரில் இருந்து உங்க மாமாவும் பிரியங்காவும் வந்திருக்காங்க. ரொம்ப கோபம இருக்காங்க. உன்னைக் கூட்டி வரச் சொன்னாங்க" என்றாள் சுதா.

இது வேரையா என்று நினைத்தவன், "நீங்க போங்க அண்ணி நான் வரேன்" என்று சொல்லி விட்டு அவள் சென்றதும், கதவை அடைத்து விட்டு உள்ளே வந்தான்.

யாழ் எழுந்து அமர்ந்திருந்தாள். அவள் முகத்தில் இன்னும் ரத்தநாளங்கள் தன் வேலையைச் சிறப்பாகச் செய்து கொண்டிருந்தது.

இவன் தொட்டதும் தடுக்காம ஏன் அப்படியே நின்றேன், என்னைப் பத்தி என்ன நினைத்திருப்பான் என்று, அவள் கண்கள் கலங்கி குளம்போல் நின்றது.

அருகில் வந்தவன் அவள் கண்ணீரைப் பார்த்து விட்டு, "என்னாச்சு" என்று யோசனையுடன் கேட்டான்.

"நீ என்னைத் தவறா எடுத்துக்காதே நான் அப்படிப் பட்ட பொண்ணு இல்லை. ஏன்னே தெரியலை நீ தொட்டதும் தடுக்க தோனலை, அதை நினைச்சால் எனக்கே அவமானமா இருக்கு" என்று கதறி அழுதவளை அணைத்துக் கொண்-

டான்.

"ஏய் சீ சீ அழுகையை நிறுத்து தாலி கட்டின புருஷன் தொடறதை எந்தப் பொண்ணும் எதிர்க்க மாட்டாள், அதே தான் நீயும் பண்ணி இருக்க.

அப்படிப் பார்த்தால் நீயும் என்னைத் தவறாக நினைப்பாயா? உன்னைப் பழி-வாங்கக் கல்யாணம் பண்ணிட்டு வந்துட்டு, அதைச் செய்ய முடியாமல் மத்தது எல்லாம் செய்துகிட்டு இருக்கேன். ஏன்னு எனக்கே இன்னவரை புரியவில்லை.

நாம ரெண்டு பேரும் காதலிச்சு கல்யாணம் பண்ணிக்கலை தான். வலுக்கட்-டாயமாக நான் உன் கழுத்தில் தாலி கட்டியிருந்தாலும் அதுவும் கல்யாணம் தான். அதை இல்லைன்னு யாராலையும் சொல்ல முடியாது சரியா? இதை நினைச்சு வருத்தப்படாத. இரு எங்க மாமாவும் அவர் பொண்ணும் ஊருல இருந்து வந்தி-ருக்காங்க. அவங்க என்ன ஏழரையைக் கூட்டப் போறாங்களோ" என்று சொல்லி விட்டு வெளியே சென்றான்.

இவன் கூட்டற ஏழரையை விடப் பெரிய ஏழரையை யார் கூட்டப் போறாங்க என்று முணுமுணுத்தவள்,

அவன் சொன்னதில் கொஞ்சம் தெளிந்திருந்தாலும், புருஷனே ஆனாலும் பிடிக்கலைனாலும் தொட விடுவாங்களா?. எனக்கு அவனை பிடிச்சிருக்கா? பிடிக்-கலையா? பிடிக்காமலா அவன் தொட்டதும் என் உடலும் அவனுக்குப் பதில் தரும்.

ஐயோ என் வாழ்க்கையில் என்ன தான் நடக்குது, எப்படி இருந்த என்னை இப்படிப் புலம்ப வெச்சிட்டுப் போயிட்டானே. சே இது என்ன வாழ்க்கை என்று புரியாமல் அப்படியே அமர்ந்திருந்தாள்.

அப்போது தான் ஞாபகம் வந்தது போல, அவங்க மாமா பொண்ணைக் கல்-யாணம் பண்றதா இருந்ததுன்னு அத்தை சொன்னாங்களே, அவங்க தான் வந்தி-ருக்காங்களா? என்று நினைத்தவள் அவசரமாக எழுந்து கீழே சென்றாள்.

அவளுக்கே தெரியவில்லை தான் ஏன் இவ்வளவு பதற்றத்துடன் ஓடறோம் என்பது.

யாழ் அங்கே செல்லும் போது அவன் மாமா சண்டை போட்டுக் கொண்டி-ருக்க, அவனுடைய மாமன் பொண்ணு அழுது கொண்டிருந்தாள்.

குடும்பம் மொத்தமும் அங்க தான் நின்று கொண்டிருந்தார்கள். இவளைப் பார்த்ததும் அவனுடைய மாமா, சித்துவுக்குப் பின்னே நின்ற யாழிடம் சென்றவர், "நீ யாருடி ஓடுகாலி எங்கிருந்து வந்த என் பொண்ணோட வாழ்க்கையக் கெடுக்க.

உங்க வீட்டில் பெத்து இப்படி ஊர் மேய வீட்டிருக்காங்களா? வசதியான வீட்-டுப் பையன் கிடைச்சால் விடுவீங்களா?" என்று பேசிக் கொண்டே போனவர் முன்பு வந்து கோபத்தின் உக்கிரத்தில், "இன்னொரு முறை என் பொண்டாட்டியக் கைநீட்டிப் பேசுனீங்க அவ்வளவு தான்.

மாமான்னு பாக்கறேன் இல்லைனா என் பொண்டாட்டிய பேசின உங்களை நிற்க வெச்சு வேடிக்கை பார்த்துட்டிருக்க மாட்டேன்.

அவ ஒன்னும் ஓடி வரலை நான் தான் எனக்கு பிடிச்சிருந்துச்சு வழுக்கட்டாயமா தாலிகட்டி கூட்டி வந்திருக்கேன். தப்பு என் மேல அவளை ஒரு வார்த்தை பேசக் கூடாது.

என்ன வசதி பத்தி பேசறீங்க, நம்ம எல்லாரையும் விட அவ ரொம்ப வசதியான வீட்டுப் பொண்ணு. அவளுக்கு யாரையும் மயக்கி கல்யாணம் பண்ண வேண்டிய அவசியம் இல்லை.

நான் ஒரு நாளாவது உங்க பொண்ணைக் கல்யாணம் பண்ணிக்கறேன்னு சொல்லி இருக்கேனா?, முறைப்பொண்ணு பையன்னா எல்லாரும் கிண்டலும் கேளியும் செய்வாங்க தான். அதுக்காக அவங்களைக் கல்யாணம் பண்ணிக்கச் சொல்ல முடியாது" என்றான்.

அவனுடைய மாமா உரைந்து போய் நின்றவர், "செண்பகம் பார்த்தியா உன் பையன் என்ன பேச்சு பேசறான்னு, எனக்கு இதுவும் வேணும் இன்னமும் வேணும். இதெல்லாம் ஒரு குடும்பம்ன்னு பொண்ணு கொடுக்க நினைச்சேன் பார் என்னைச் சொல்லனும் வா மா போகலாம்" என்று தன் மகளை அழைத்தார்.

அதற்குள் சுதா, "யாழ் யாழ்" என்று கத்திக் கொண்டு அவள் அருகில் செல்வதற்குள் மயங்கிச் சரிந்திருந்தாள்.

பின்னாடி திரும்பிப் பார்த்த சித்து, அவளைப் பிடிப்பதற்குள் அவள் கீழே விழுந்திருந்தாள்.

"நிலா நிலா" என்று அவளுடைய கண்ணத்தில் தட்டியவன், அவளைத் தூக்கிப் போய் சோபாவில் படுக்க வைத்தான்.

செண்பகமும் சாருமதியும் சித்துவுக்கு ஆதரவா பேசறதா, மாமாவிற்கு ஆதரவா பேசறதா என்று புரியாமல் குழப்பத்தில் அப்படியே நின்றார்கள்.

"ரேவதி போய் தண்ணி கொண்டு வா" என்று சொல்லி விட்டு கிஷோர் பேனை போட்டு விடச் சென்றான்.

சித்து அவள் கையையும் காலையும் தேய்த்துக் கொண்டே, "எழுந்திருடி" என்று அவள் கண்ணத்தை தட்டித்தட்டிப் பார்த்தான்.

ரேவதி தண்ணீருடன் வந்ததும் தீலீபன் அதை வாங்கி யாழ் முகத்தில் தெளிக்க, சோர்வுடன் மெல்லக் கண்ணைத் திறந்தாள்.

தன் அருகில் வேதனை நிறைந்த முகத்துடன் அமர்ந்திருந்த கணவனைப் பார்த்தவள், மற்ற அனைவரையும் பார்த்து விட்டு எழுந்து அமர்ந்தாள்.

"உனக்கு ஒன்னுமில்லையே" என்று பதற்றத்துடன் கேட்ட கணவனிடம், எந்தப் பதிலும் சொல்லாமல் எழுந்து சென்று அவனுடைய மாமன் மகள் பிரியங்கா கையைப் பிடித்துக் கொண்டு, "நான் யார் வாழ்க்கையையும் பங்கு போட்டுக்

கொள்ள வரவில்லை.

அப்படி செய்ய வேண்டிய அவசியமும் எனக்கோ என் குடும்பத்துக்கோ இல்லை. நான் வாய் விட்டு கேட்கும் முன் எதையும் வாங்கிக் கொடுக்க என் அண்ணன்களும் அப்பாவும் இருக்காங்க. என் மேல் உயிரையே வைத்திருந்த என் அத்தை மகன் இருக்கான்.

பெத்த தாயை விட பாசத்தைக் கொட்டிக் கொடுக்க அண்ணிகளும் இருக்காங்க, அப்படி இருந்தும் என் கல்யாணம் இப்படித் தான் நடக்கனும்னு விதி போல.

தாலி என் கழுத்தில் ஏறும் வரை இவன் யாருன்னே எனக்குத் தெரியாது. முன்னப் பின்னப் பார்த்தது கூடக் கிடையாது, அப்படி இருக்கும் போது உங்க அப்பா எங்கக் குடும்பத்தை வாய்க்கு வந்தபடி பேசறார்.

எந்தப் பெண்ணா இருந்தாலும் மனசுக்குப் பிடிச்சிருந்தால் தான் கல்யாணம் பண்ணிக்குவா, உங்க அப்பா சொல்ற மாதிரி சொத்துக்காகக் கல்யாணம் பண்ணிக்க மாட்டாள்.

ஒரு வேளை உங்க அப்பா இந்த வீட்டுச் சொத்துக்காகத் தான் உன்னை இங்கே கல்யாணம் பண்ணிக் கொடுக்க நினைச்சாறா? அவர் மனசில் இருந்தது தான் வாயில் வந்துச்சா?" என்றாள் கோபத்துடன்.

"ஏய் என்ன பேசற அதுவும் என்னைப் பார்த்துப் பேச உனக்கு என்ன தைரியம்" என்று கை நீட்டிக் கொண்டு வந்தார் அவனுடைய மாமா.

அருகில் நின்ற கிஷோர், சித்து குறுக்கே வருவதற்குள் யாழைப் பிடித்து தனக்குப் பின்னால் நிறுத்திக் கொண்டவன், "மாமா இது என்ன பழக்கம் பொம்பளைப் பிள்ளையக் கை நீட்ட வறீங்க, அதுவும் யார் வீட்டுப் பொண்ணை" என்றவன்,

"நீங்க பேசற வரை அவ பொறுமையா தானே கேட்டாள். அவ பேசறதையும் நீங்க கேளுங்க. பிடிக்கவில்லையா எதிர்த்துப் பேசுங்க திட்டுங்க, ஆனா கை நீட்ற வேலை வேண்டாம்" என்றான்.

"ஓ அப்ப குடும்பமே அவனுக்குச் சப்போட் பண்றீங்க அவன் செஞ்சது சரின்னு சொல்றீங்க" என்றார் கோபத்துடன்.

"அப்படி யாரும் சொல்லலை நடந்தது நடந்துருச்சு இனி என்ன பண்ண முடியும் சொல்லுங்க, எல்லார் மனசுலையும் ஆசை இருக்கத் தான் செய்யும்.

அப்படி பார்த்தால் எல்லாரையும் விட அந்தப் பொண்ணு தான் பாவம், அத்தை மகன் தாலி கட்டப் போகும் சமயத்தில், இவன் தாலி கட்டிட்டான் இவளுக்கு எவ்வளவு பெரிய ஏமாற்றமா இருக்கும்.

ஆனாலும் நடந்த கல்யாணத்தை மாற்ற முடியாது என்று உணர்ந்து இவன் கூட வாழவந்திருக்குது. அந்தச் சின்னப் பொண்ணுக்கு இருக்கும் பக்குவம் உங்கிகிட்ட இல்லாமல் போயிருச்சு மாமா.

நீங்க பேசறதா இருந்தால் இந்த வீட்டுப் பையனை பேசுங்க, வேணா நாலு அடி வேணாலும் அடிங்க. ஆனால் அவன் கல்யாணம் பண்ணிக் கூட்டி வந்த பொண்ணைப் பேச உங்களுக்கு எந்த ரைட்சும் இல்லை.

ரேவதி, சுதா, யாழை கூட்டிட்டுப் போங்க" என்று சொல்லி அவர்களை அனுப்பியவன், "மாமா இனி சித்துவிடம் என்ன பேசனுமோ பேசுங்க" என்று சொல்லிக் கொண்டு அமர்ந்து விட்டான் கிஷோர்.

கருணாகரன் வாயைத் திறந்து பேச முடியாமல் அவர் மனையின் முகமே அவரைக் கட்டிப் போட்டது.

அண்ணன் அண்ணன்னு பாசமா கிடந்தாளே கடைசியில் இப்படியா ஆகனும் என்று வேதனைப் பட்டவர் அமைதியாகவே இருந்தார்.

செண்பகமும் வாயைத் திறக்க வில்லை. அதற்கு மேல் அவருடைய மாமா-விற்கு அங்கே இருக்கப் பிடிக்காமல், "வா போகலாம்" என்று மகள் கையைப் பிடித்து இழுத்துக் கொண்டு சென்றார்.

அவள் சித்துவையே பார்த்துக் கொண்டு அப்பாவுடன் சென்றாள்.

சித்து தலையைப் பிடித்துக் கொண்டு சோபாவில் அமர்ந்தான். அவனுக்குக் கோபம் கட்டுக்கடங்காமல் சென்றது. கொஞ்ச நேரம் தன்னை ஆசுவாசப்படுத்திப் பார்த்தவனுக்கு முடியாமல் போக, காரை எடுத்துக் கொண்டு தன் எஸ்டேட்டிற்குச் சென்றான்.

யாழ் அழுது கொண்டு இருந்தாள், அவளைச் சாமாதானப்படுத்த முடியாமல் ரேவதி, சுதா இருவரும் கையைப் பிசைந்து கொண்டு நின்றார்கள்.

அவர்களும் எவ்வளவோ ஆறுதல் சொல்லி விட்டார்கள், அவளோ எங்கக் குடும்பத்தைப் பேச அவர் யாரு? என்னைப் பார்த்துப் பார்த்து நல்லது கெட்டது சொல்லிக் கொடுத்து தான் வளரத்துனாங்க. ஆனால் அவங்களுக்குக் கிடைச்ச பேரை பார்த்தீங்களா?" என்று சொல்லிச் சொல்லி அழும் அவளை வேடிக்கை தான் பார்க்க முடிந்தது அவர்களால்.

செண்பகம் தன் அறைக்குச் சென்று படுத்தவள், இனி எனக்குப் பிறந்த வீட்டு உறவே இல்லையா? என்ற நினைவே வேறு எந்த நினைவும் வராமல் கட்டிப் போட்டது.

கருணாகரன் மனைவி பக்கத்தில் அமர்ந்து ஆறுதலாக கையைப் பற்றிக் கொண்டிருந்தார்.

வெளியே கிஷோர், தீலீபன், சாருமதி மூன்று பேரும் கவலையோடு அமர்ந்தி-ருந்தார்கள்.

இதை எதுவும் அறியாமல் வெளியூரில் வேலை பார்க்கும் அபிலேஷ், ஒரு மாசத்திற்குப் பிறகு அப்பொழுது தான் மனைவி குழந்தைகளைப் பார்க்க வீட்டிற்கு வந்தான்.

கணவனைப் பார்த்த சந்தோஷத்தைக் கூட முழுசாக அனுபவிக்க முடியாமல், "வாங்க" என்று சொல்லி விட்டு அவன் கையில் இருந்த பேக்கை வாங்கிக் கொண்டு உள்ளே சென்றாள்.

கிஷோரும், தீலீபனும், "வாங்க மாமா" என்று அவனை வரவேற்றார்கள்.

"உங்க அக்காவுக்கும் உங்களுக்கும் எதாவது சண்டையா சரியா பேசாம கூடப் போறாளே" என்றார் அபிலேஷ் யோசனையுடன்.

" நாங்க என்ன சின்னக் குழந்தையா மாமா சண்டை போட என்று கேட்டுக் கொண்டே சோபாவில் அமர்ந்து மூன்று பேரும் பேசிக் கொண்டிருந்தார்கள்.

அப்போது சுதா அழுது கொண்டிருக்கும் தன் மகன் ரிஷியைக் கொண்டு வந்து திலீபன் கையில் கொடுத்து, "உங்க பையனை நீங்களே பாருங்க சும்மா அழு-துட்டே இருக்கான்" என்றவள்,

"அண்ணா இப்ப தான் வந்தீங்களா?" என்று அபிலேஷைப் பார்த்துக் கேட்-டாள்.

"ஏய் தூக்கம் வருது அதுக்குத் தான் அழறான் இந்தா கொண்டு போய் தூங்க வை" என்றான் எரிச்சலுடன் திலீபன்.

"ஏன் மாப்பிள்ளை அதைக் கூட நீங்கச் செய்ய மாட்டிங்க என் தங்கச்சி தான் செய்யனுமா?, வாமா நாம போகலாம் அண்ணனும் தம்பியுமே தூங்க வைக்கட்டும்" என்று சொல்லி விட்டு அவர்களை நக்கலாக பார்த்தவன், சுதாவுடன் பேசிக்-கொண்டு உள்ளே சென்றான்.

"பார்த்தீங்களா அண்ணா மாமா தான் கிண்டலுக்குச் சொல்றார்ன்னா இவளும் எவ்வளவு திமிரா போறா பாருங்க" என்றான் திலீபன்.

"அவர்களை அப்பறமா கவனிச்சுக்கலாம் இப்ப இவன் வாயை அடைக்கனும் குடு" என்று தம்பி மகனை வாங்கிக் கொண்டு சமாதானப்படுத்த வெளியே சென்-றான் கிஷோர். அண்ணன் கூடவே தம்பியும் சென்றான்.

7

அத்தியாயம் 7

இரவு வீடு வந்த சித்து அபிலேஷைப் பார்த்ததும், "வாங்க மாமா" என்று வரவேற்று அவரோடு அமர்ந்து கொஞ்ச நேரம் பேசிக் கொண்டிருந்தான்.

"என்ன மாப்பிள்ளை சொல்லாமல் கொள்ளாம கல்யாணம் பண்ணிட்டு வந்துட்டீங்க. நீங்க செய்ய வேண்டிய சீரை மறந்தாலும் நான் மறக்க முடியாதே" என்று சிரிப்புடன் சொன்னவர், "இருங்க வரேன்" என்று அறைக்குச் சென்றார்.

நகைப்பெட்டியுடன் திரும்பி வந்தவர், "என் தங்கச்சியையும் கூப்பிடுங்க ஒன்னா வந்து ஆசிர்வாதம் வாங்கினால் தான் தருவேன்" என்றார் கேலியாக.

"மாமா நீங்க இதைச் செய்யலைனாலும் உங்ககிட்ட ஆசிர்வாதம் வாங்குவோம்" என்றவன், "வாங்க" என்று தன் அறைக்கு அழைத்துச் சென்றான்.

அறையில் படுத்திருந்த யாழ் சித்துவைப் பார்த்ததும் முகத்தைத் திருப்பிக் கொண்டு அப்படியே கிடந்தாள்.

அழுதழுது அவள் கண் வீங்கி இருந்தது, மனதிலும் ஒரு வித வெறுமை இழையோடியது.

மாமா வேறு வராரே இவ வேற இப்படிப் படுத்திருக்கா என்ன நினைப்பாரோ!! என்ற எண்ணத்துடனே பின்னாடி திரும்பி சத்தமாகவே, "உள்ள வாங்க மாமா" என்றான்.

மறுபடியும் அவர் தான் வந்து விட்டாரோ என்று பதற்றத்துடன் எழுந்தாள்.

அங்கே வேறு ஒருவரைப் பார்த்தவள், அவசரமாக பாத்ரூமிற்குச் சென்று முகம் கழுவிக் கொண்டு வந்தவள், "வாங்க" என்று மட்டும் சொல்லி விட்டுக் கணவனைப் பார்த்தாள்.

"இவங்க தான் சாருமதி அக்காவோட கணவர்" என்று அறிமுகம் செய்து வைத்தான்.

அவரும், "இந்தாம்மா தங்கச்சி உங்க கல்யாணத்துக்கு இந்த அண்ணனோட சின்னப் பரிசு" என்று நகைப் பெட்டியைக் கொடுத்தார்.

"அண்ணா பரிசு சின்னதோ பெரிசோ அன்பா தங்கச்சின்னு சொல்லிக் கொடுக்கறதே கோடி ரூபாய் பெறும்" என்று சொல்லிச் சந்தோஷத்துடன் வாங்கிக் கொண்டாள்.

"சித்து அவசரமா கல்யாணம் பண்ணினாலும் அருமையான பொண்ணைத் தான் நம்ம வீட்டுக்குக் கூட்டி வந்திருக்க" என்று மனசாரப் பாராட்டினார்.

"அண்ணா உட்காருங்க" என்று கட்டிலைக் காட்டியவள், அவர் முன்னே நகைப் பெட்டியைப் பிரித்துப் பார்த்து, "ரொம்ப அழகா இருக்கு அண்ணா இந்த டிசைன்ல என்கிட்ட நகை இல்லை" என்று அவர் முன்பே போட்டுக் காட்டினாள்.

அபிலேஷ் நெகிழ்ந்து போய், "உன் மனசு போலவே அழகா இருக்குமா, நிறையப் பேருக்குப் பரிசு கொடுத்திருக்கேன் வாங்கி வெச்சுருவாங்க. யாரும் உன்னை மாதிரி எடுத்துப் பார்த்து அவங்களுக்கே போட்டுக்காட்டி சந்தோஷப்படுத்தற மாதிரி யாரும் செஞ்சதில்லை.

சும்மா சொல்லக் கூடாது உங்க வீட்டில் உன்னைத் தங்கமா வளர்த்திருக்காங்க" என்றார்.

"நீங்க தான் டிசைன் பார்த்து வாங்கி இருப்பீங்க, அதைப் போட்டுக் காட்டினால் தானே வாங்கிட்டு வந்த உங்களுக்கும் நிறைவா இருக்கும்" என்றாள்.

சந்தோஷப்பட்டவன் அவளிடம் இன்னும் கொஞ்ச நேரம் பேசிக் கொண்டிருந்து விட்டு அபிலேஷ் எழுந்து சென்று விட்டான்.

அந்த நகையைக் கழட்டி அந்தப் பெட்டியிலேயே போட்டு டேபில் மேல் வைத்து விட்டு, கட்டிலில் போய் சுருண்டு படுத்துக் கொண்டாள்.

அதை எல்லாம் பார்த்துக் கொண்டிருந்த சித்து நல்லவேளை மாமாகிட்ட நல்லா பேசினாலே அதுவரை சந்தோஷம். முதல்ல போய் சாப்பிடனும் சாப்பாடு போடக் கூப்பிட்டால் வருவாளா என்று நினைத்தவன்,

"நிலா பசிக்குது வந்து சாப்பாடு போடறியா?" என்று தயக்கத்துடன் கேட்டான்.

அந்த வார்த்தையைக் கேட்டவள் படக்கென்று எழுந்து அமர்ந்தாள். 'பாவம் ரெண்டு நாளா சாப்பிடலை இவனுக்குன்னு எப்பப் பாரு சாப்பிடும் போது தான் பிரச்சனையே வருது, சாப்பிட்டு முடிக்கும் வரை நாம வாயே திறக்கக் கூடாது' என்று நினைத்துக் கொண்டவள், "வா" என்று அழைத்து விட்டு முன்னாடி சென்றாள்.

அவனுக்கும் சந்தோஷத்தில் உள்ளம் நெகிழ்ந்து போனது. எவ்வளவு பிரிச்சனையா இருந்தாலும் சாப்பாடு போடு என்று சொன்னதும் மறுபேச்சு பேசாமல் எழுந்து சென்றவளிடம், கோபத்தை விடக் காதல் தான் பெருகி நின்றது.

இவர்கள் செல்லும் போது அனைவரும் சாப்பிட்டு விட்டுப் பேசிக் கொண்டிருந்தார்கள். சித்துவைப் பார்த்ததும் கிஷோர், "அக்காவுக்கு நான் சாப்பாடு கொடுத்துட்டேன்டா நீ போய் சாப்பிடு" என்றான்.

சரி என்பது போல் தலையாட்டி விட்டுப் போய் இருக்கையில் அமர்ந்தான். யாழ் சாப்பாடு பரிமாறினாள்.

"நீயும் என்கூட சாப்பிடு அப்பத் தான் நான் சாப்பிடுவேன்" என்று பிடிவாதம் பிடித்தான்.

அந்த சமயத்தில் எதுவும் பேச வேண்டாம் என்று நினைத்தவள், ஒரு ப்ளேட்டில் டிபனை வைத்துக் கொண்டு அமர்ந்தாள்.

இருவரும் சாப்பிட்டார்கள், யாழ் அவள் சாப்பிடுவதை விட அவனுக்குத் தான் பார்த்துப் பார்த்து வைத்தாள்.

அவனும் ரெண்டு நாள் பட்டினியில் வயிறு நிறையச் சாப்பிட்டான். இருவரும் சாப்பிட்டு விட்டு வர, அபிலேஷ் குடும்பத்தினரிடம் யாழியின் குணத்தைப் பற்றிச் சொல்லிச் சந்தோஷப்பட்டான்.

அனைவரும் வெகு நேரத்திற்குப் பிறகு நடந்ததை மறந்து பேசிக் கொண்டிருந்தார்கள்.

அப்பொழுது யாழ் எழுந்து அறைக்குச் செல்ல அவள் பின்னாடியே சித்துவும் சென்றான்.

சித்து பின்னாடி செல்வதைப் பார்த்து அபிலேஷ் கிஷோரிடம் கேலியாகப் பேச, அங்கே சிரிப்பலை பெரியதாக கேட்க்கவும் திரும்பிப் பார்த்த சித்து, அவர்களின் கேலிச் சிரிப்பைப் பார்த்து விட்டு இப்பப் போய் என்னன்னு கேட்டால் நம்மளை வெச்சு செஞ்சிருவாங்க, நம்ம ரூமுக்கே போய்விடுவோம் என்று அறைக்குச் சென்றான்.

அறையில் கீழே பாய் விரித்துக் கொண்டிருந்த மனைவியைப் பார்த்தவன், "பாய் எதுக்குடி வந்து கட்டில்லையே படு" என்றான்.

"நீ தான இந்தப் பாயைக் கொடுத்து கீழே படுக்கச் சொன்ன, இப்ப மட்டும் என்ன புதுசா வேலைக்காரிக்கு இதுவே அதிகம்" என்றாள்.

"யார்டி உன்னை வேலைக்காரின்னு சொன்னது ஒழுங்கா இங்கயே வந்து படு" என்றான்.

"வேற யார் சொலுவா நீ தான் சொன்ன" என்றாள்.

"நான் என்ன வேணாலும் சொல்வேன்டி வேற யாரும் சொல்ல மாட்டாங்க போதுமா?" என்றவன் அவள் பாயைப் பிடுங்க, அவனை முறைத்தவள், "உங்க அக்காவைப் பார்த்துக்க மட்டும் தான் எனக்குத் தாலி கட்டி கூட்டி வந்திருக்க அப்பறம் எதுக்குப் பக்கத்துல படுக்கச் சொல்ற" என்றாள்.

"நான் உன்கிட்ட அப்படிச் சொன்னேனா? உங்க அப்பாவுக்கும் எனக்கும் பகை இருந்துச்சுன்னா அதுக்காக உன் கூட வாழமாட்டேன்னு அர்த்தம் இல்லை. எங்க அக்காவையும் பார்த்துக்கனும் எனக்கும் பொண்டாட்டியா இருக்கனும்" என்றான்.

"அப்படி எல்லாம் உன் இஷ்டத்துக்கு என்னை மாத்திக்க முடியாது. அதெப்படி காதல் இல்லாம காமத்துக்குன்னு ஒரு பொண்ணைத் தொட முடியுது. இதைக் கேட்கவே அருவருப்பா இருக்கு" என்று முகம் சுழித்தாள்.

கண்மண் தெரியாத கோபத்தில் போய் அவள் தலைமுடியைப் பிடித்து இழுத்து நாலு அறை விட்டவன், "யாருடி காதல் இல்லாம காமத்துக்காக உன்கிட்ட வராங்க,

நீ பெரிய உலக அழகி பார். காமம் மட்டும் தான் வேணும்னா உன்னை விட அழகானவங்க அதுக்குன்னே இருக்காங்க. அவங்ககிட்ட இல்லாத எதுவும் உன்கிட்ட இல்லை புரியுதா?" என்றவன் பார்வை அவள் உடலை மேய்ந்தது.

அதில் கூனிக் குறுகிப் போனவள், பார்வையப் பாரு கண்ணை நோண்டனும் என்று தனக்குள்ளேயே முனகிக் கொண்டாள்.

"சத்தமா பேசுடி அப்பத் தான் எனக்கும் காது கேட்கும், எனக்குத் தூக்கம் வருது உன்னைக் கல்யாணம் பண்ணிட்டு வந்த நாள்ள இருந்து நல்ல தூக்கமும் நல்ல சாப்பாடும் இல்லை. இன்னைக்குத் தான் நல்லா சாப்பிட்டிருக்கேன் அதுவும் உன் கையாள.

அப்படியே அந்தப் பொண்ணான கையால என்னையும் தூங்க வெச்சிருடி" என்றான் அவளை அழுத்தமாகப் பார்த்துக் கொண்டே.

"ஆமாம் நீ பச்சைப்பிள்ளை பாரு உன்னைத் தூங்க வைக்க, அதுக்கு வேற ஆளைப் பாரு" என்று சொல்லி விட்டு மறுபடியும் பாய் போடப் போனவளிடம், பாயைப் பிடுங்கித் தூக்கி எரிந்து விட்டு அவளைத் தூக்கி வந்து கட்டிலில் படுக்க வைத்தான்.

பின் அவனும் அவளை அணைக்கப் போக அவன் கையை தட்டி விட்டவள், "தொடாம படு" என்றாள்.

"ரொம்பத் தாண்டி பண்ற நானும் பொறுமையாப் போறேன் எப்ப என்கிட்ட வாங்குவியோ தெரியலை" என்று சொல்லி விட்டு அவளுக்கு முதுகு காட்டி திரும்பிப் படுத்துக் கொண்டான்.

அவளுக்கும் அப்போது தான் நிம்மதி பெருமூச்சு வந்தது. அவன் ஸ்பரிசம் அவளை வெகுவாகப் பாதித்தது.

முதல் முதலில் ஆண் மகனின் தொடுகை அதுவும் தாலி கட்டிய கணவனின் தொடுகை, அவளை நிலைகுலைய வைத்திருந்தது. எல்லாம் மஞ்சள் கயிறு செய்யும் மாயம், தனக்கே சொந்தம் என்ற உரிமையின் அடையாளம் அவளைப் பார்த்துச் சிரித்தது.

அதுவும் அவனின் செய்கை அடாவடித்தனம் எதுவும் அவளுக்குப் பிடித்தமானதாக இல்லை. தன் வாழ்க்கையில் தன் கைமீறி எல்லாம் நடந்து கொண்டிருக்கிறது என்ற உண்மை அவளை நிம்மதி இழக்க வைத்திருந்தது. இப்படியே வெகு நேர யோசனைக்குப் பின் அவளும் அசந்து தூங்கி இருந்தாள்.

நாட்களும் இப்படியே செல்ல வீட்டிலுள்ள அனைவருக்கும் யாழ்நிலாவின் குணம் புரிந்து நெருங்கிப் பழகினார்கள். அவளையும் அந்த குடும்பத்தில் ஒருத்தியாக உணர வைத்தார்கள்.

யாழ்நிலாவே யசோதாவை முழுவதுமாகப் பார்த்துக் கொண்டாள். அவளிடமே அதிக நேரம் செலவிட்டாள், யசோதாவிற்கு புரியாவிட்டாலும், "அம்மா அம்மா" என்று அழைத்து அவளிடம் எல்லா விஷயத்தைப் பற்றியும் பேச ஆரம்பித்தாள்.

முதலில் ஆக்ரோஷமாக இருந்த யசோதா, யாழ் அம்மா என்று அழைத்துப் பேச ஆரம்பித்ததும், யசோதா எந்த சத்தமும் போடாமல் கேட்க ஆரம்பித்திருந்தாள்.

வீட்டிலிருந்த அனைவருக்கும் யசோதாவின் மாற்றத்தில் மகிழ்ந்து போனார்கள். அதற்குக் காரணமான யாழ் மேல் தனி மரியாதையே வந்தது.

அன்று மூத்த மருமகள் ரேவதியின் உறவினர் வீட்டுக் கல்யாணத்திற்குச் செல்ல வேண்டி இருப்பதால், செண்பகம் மூன்று மகன் மருமகள்களை மட்டும் போய்விட்டு வரச்சொன்னார்.

அனைவரும் தயாராகி இருக்க வேலை முடித்து அவசரமாக வந்த சித்து தன் மனைவி மட்டும் ரெடியாகாமல் இருப்பதைப் பார்த்து, "ஏன் நீ இன்னும் கிளம்பலையா? அண்ணிங்க ரெண்டு பேரும் ரெடியாகிட்டாங்க" என்றான்.

"அது வந்து எனக்குப் பட்டுப் புடவை இல்லையே எப்படிச் சாதா புடவையைக் கட்டிட்டு போறது, அக்கா ரெண்டு பேரும் பட்டுப் புடவை கட்டியிருக்கும் போது, நான் எப்படி சாதாரண புடவையில் வருவது" என்று தயக்கத்துடன் கேட்டதும் தான் அவனுக்கே ஞாபகம் வந்தது.

யாழ் இங்கே வந்த போது போய் கொஞ்சம் புடவை எடுத்து வந்தது தான், அதுவும் அவசரத்துக்கு அதுக்குப் பிறகு எதுவும் எடுக்கவில்லை. இவளும் கேட்க வில்லை என்பது புரிய, "இப்போது சொல்றையே ரெண்டு நாளைக்கு முன்ன சொல்வதற்கென்ன" என்று எரிந்து விழுந்தான்.

"மறந்துட்டேன்" என்றாள்.

சரி இப்ப என்ன பண்றது என்று அவன் யோசனையுடன் இருக்க, கொஞ்சம் பயத்துடனேயே, "அண்ணன் கொண்டு வந்தது எல்லாம் மேல தான் இருக்கு எடுத்து தரையா? அதுல ஒரு புடவையை கட்டிட்டு வரேன்" என்றாள்.

அவளையே அழுத்தமாகப் பார்க்கவும், அவள் தலையைக் குனிந்து கொண்டாள்.

அவனுக்கும் அவசரத்திற்கு வேற வழி இல்லை என்பதால், மேலே ஏறி அதிலிருந்ததை எல்லாம் எடுத்துக் கொடுத்தான்.

அதிலிருந்த ஒரு புது பட்டுப்புடவையையும் நகை செட்டில் ஒன்றையும் எடுத்துக் கொண்டாள்.

"இந்தா இதை எல்லாம் மேலையே வெச்சிரு" என்று எடுத்துக் கொடுக்கவும், "அது தான் போட்டுட்டியே மீதியப் போட்டாள் மட்டும் என்ன வந்திரப் போவது எல்லாம் கீழேயே வெச்சு போட்டுக்கோ" என்றதும், சந்தோஷத்துடன், "தேங்ஸ்" என்றாள்.

இவ இதைப் போடறதுக்காகவே நம்மகிட்டச் சொல்லாம இருந்திருப்பாளோ!! எப்படி இருந்தாலும் தப்பு என்னோடது தான். இவளைக் கூட்டிப் போய் தேவையானதை எல்லாம் வாங்கி கொடுக்கனும், என்று நினைத்துக் கொண்டே குளிக்கச் சென்றான்.

அவன் குளித்து விட்டு வருவதற்குள் அந்தப் பட்டுபுடவை உடுத்தி அதற்கு மேட்சாக ஆரம் நெக்லஸ் தோடு மோதிரம் வளையல் என்று செட்டாகப் போட்டுக் கொண்டவள், முடியை ஃபிரி ஹேர் விட்டு சென்டரில் ஒரு கிளிப் மட்டும் குத்தி இருந்தாள்.

குளித்து விட்டு வெளியே வந்தவன் அவளைப் பார்த்ததும் எல்லாம் மறந்து விட்டு அவளைப் போய் பின்னிருந்து அணைத்துக் கொண்டான்.

அவன் கை விரல்கள் அவளுடைய வழுவழுப்பான இடையில் தவழ்ந்தது. இந்த எதிர்பாராத அணைப்பில் பதறியவள் கூச்சத்தில் நெளிந்தாள். "விடு" என்று அவனிடம் இருந்து தன்னைப் பிரிக்கப் பார்க்க, அவன் கரத்தின் அழுத்தம் அவள் இடையைக் கன்னிப் போகச் செய்தது.

அவளுக்கும் உடம்பு முழுவதும் ஒரு விதப் பரவசம் இழையோட, தேகமெல்லாம் சில்லிட்டுப் போனது.

சித்து தன்னை நிலைப்படுத்திக் கொள்ளவே வெகு சிரமப்பட்டுப் போனான். மெல்லத் தன் கையை எடுத்துக் கொண்டவன், அவளைத் தன் பக்கம் திருப்பி நெற்றியிலும் கன்னத்திலும் இதழ் பதித்தவன், அவள் இதழைத் தன் இதழ் கொண்டு லிப்ஸ்டிக் இல்லாமலே சிவக்க வைத்தான்.

வெக்கத்திலும் அவனின் இதழ் தந்த சுகத்திலும் அப்படியே சிலையாகி நின்றாள். மெல்ல அவளை இயல்புக்கு கொண்டு வந்தவன், "நீ போ நான் வரேன்" என்று அவளை வெளியில் அனுப்பி வைத்தான்.

அவளோ விட்டால் போது மென்று வெளியில் வந்தவள், கதவுக்கு அருகிலேயே நின்று கொஞ்ச நேரம் தன்னை சமநிலைப் படுத்திக் கொண்டு கீழே சென்றாள்.

அவளைப் பார்த்ததும், "யாழ் இந்தப் புடவை உனக்கு சூப்பரா இருக்கு" என்றாள் ரேவதி.

சுதா அவள் நகையைப் பார்த்து விட்டு, "டிசைன் உன்னோட செலக்சனா நல்லாருக்கு இந்தப் புடவைக்கு மேட்சாகவும் இருக்கு" என்றாள்.

"இல்லை அக்கா என் நகை எல்லாம் என் அண்ணிங்க செலக்ட் பண்ணியது தான். அதுவும் பெரிய அண்ணி நகை சூப்பரா செலக்ட் பண்ணுவாங்க, சின்ன அண்ணி புடவை எல்லாம் அருமையா பார்த்து எடுப்பாங்க.

இந்தப் புடவை சின்ன அண்ணி எடுத்தது தான்" என்றாள். அவள் பேச்சிலேயே யாழ் அவர்கள் மேல் வைத்திருந்த பாசத்தின் அளவு புரிந்தது.

அவள் பேசியதைக் கேட்டுக் கொண்டே கீழே வந்த சித்துவுக்கு, அவள் அண்ணிகளைப் பற்றிச் சொல்லும் போது அதிலிருந்த ஏக்கம் அவனுக்கு எரிச்சலைத் தந்தது.

கல்யாணமாகி இவ்வளவு நாள் ஆகியும் இன்னும் பிறந்த வீட்டுப் பாசம் இழுக்குதோ என்று நினைத்துக் கொண்டவன், "போகலாமா?" என்றான்.

"வாவா உனக்காகத் தான் காத்திருந்தோம்" என்று கிளம்பவும், சாருமதி மல்லிகை மொக்கை எடுத்து வந்து மூன்று பேருக்கும் கொடுத்தாள்.

அதை வாங்கித் தலையில் வைத்துக் கொண்டவர்கள் கல்யாணத்திற்குக் கிளம்பினார்கள்.

கல்யாண மண்டபத்திற்குள் நுழையும் போது வரவேற்பில் ரேவதியின் அப்பா அம்மா நின்று கொண்டிருந்தார்கள்.

இவர்களைப் பார்த்ததும் வாயெல்லாம் பல்லாக வந்து வரவேற்றவர்கள், அவர்கள் அமர இருக்கையைக் காட்டி விட்டுக் கொஞ்ச நேரம் பேசிக் கொண்டிருந்தார்கள்.

அதற்குள் கல்யாணப் பெண்ணின் அம்மா ரேவதியின் அத்தை இவர்களைப் பார்த்து விட்டு அருகில் வந்தவர் அவர்களை வரவேற்று விட்டு, "இப்ப தான் வர்ர நேரமா ரேவதி நாங்களும் நாளைப்பின்ன எதாவது விஷேஷம்னா கரெக்டான நேரத்துக்கு வந்துட்டுப் போவோம் பார்" என்று சொல்லிக் கோபித்துக் கொண்டார்.

"அத்தை உங்க மகன் வரத் தான் நேரமாயிருச்சு அவரைக் கேளுங்க" என்று தன் கணவன் கிஷோரை மாட்டி விட்டாள்.

அவர் பார்வை கிஷோரிடம் செல்ல, "அம்மா நான் நேரத்துலையே வந்துட்டேன். உங்க மருமகள் தான் அறையை விட்டு வெளியே வரமாட்டேன்னு அடம்பிடிச்சுகிட்டு இருந்தாள்" என்றான்.

அதற்குள் அவர் பார்வை யாழிடம் செல்ல, "ரேவதி இது தான் சித்துவோடு பொண்டாட்டியா?" என்று கேட்டார்.

"ஆமாம் அத்தை நான் அப்பவே உங்களுக்கு போன் பண்ணிச் சொன்னேன்ல, எங்க சித்துவுக்கு அவசரமா கல்யாணம் பண்ணிட்டோம் நீங்கத் தவறா எடுத்துக்காதீங்கன்னு" என்று தயக்கத்துடன் சொன்னாள்.

"ஞாபகம் இருக்கு பொண்ணு இவ்வளவு அழகா இருந்ததால் கண்ணு பட்ரும்ன்னு சொல்லாம கல்யாணம் பண்ணிட்டீங்களா?

பார்க்க மாகாலட்சுமி மாதிரி மூக்கும் முளியுமா அம்சமா இருக்கா" என்றார் சந்தோஷத்துடன்.

"அப்போ நாங்க அழகா இல்லையா அத்தை" என்று சுதா அவரிடம் வம்பு வளர்த்தாள்.

"அம்மாடி உங்களை அழகில்லைன்னு சொல்லிட்டு இந்த அத்தையால தப்பிக்க முடியுமா?" என்றவர், "இந்தக் கல்யாணம் முடுஞ்சதும் சாவகாசமா வீட்டுக்கு வந்து உங்க கூடச் சண்டை போடறேன். இப்ப வர்ரவங்களை வரவேற்கப் போறேன், சித்து இப்படி ஒரு அழகான பொண்ணை கண்ணுல காட்டுனதால நீ கல்யாணத்துக்கு கூப்பிடலைங்கறதை மறந்துட்டேன்" என்றார்.

"அப்ப நான் தப்பிச்சுட்டேன்" என்று சிரித்தான் சித்து, அவரும் சிரித்துக் கொண்டே வரவேற்பிற்குச் சென்றார்.

இவர்கள் உறவினர்கள் கூட்டத்துக்குள் கலந்து எல்லாரிடமும் பேசிக்கொண்டிருந்தார்கள்.

8

அத்தியாயம் 8

அனைவரும் மண்டபத்திலிருந்து வீட்டுக்கு வரும் போது வீட்டில் யாழ்நிலாவின் அத்தை மகன் மிதுன் வந்திருந்தான்.

அவனோடு கிருபாகரனும் செண்பகமும் பேசிக் கொண்டிருக்க சாருமதி டீ போட்டு எடுத்து வந்து கொடுத்தாள்.

அவர்களிடம் பேசிவிட்டு, "பப்பிமா எங்கே?" என்று கேட்டான்.

அவர்கள், "யார் பப்பிமா" என்று கேட்டதும், "ஸாரி யாழ்நிலா எங்கே" என்றான்.

"எல்லாரும் கல்யாணத்திற்கு போயிருக்காங்க இப்ப வரும் நேரம் தான் நீங்க" என்று அவனைப் பற்றி விசாரித்துக் கொண்டிருந்தார்கள்.

அப்போது தான் மண்டபத்திலிருந்து வந்தார்கள். மிதுனைப் பார்த்ததும் சித்துவின் முகம் அதிருப்தியைக் காட்டியது.

யாழ், "மாமா" என்று அழைத்துக் கொண்டு கிட்டே ஓடினாள்.

மனைவி அப்படி அழைத்ததும் சித்துவுக்குக் கோபம் உள்ளுக்குள்ளேயே கனன்று கொண்டிருந்தது.

நம்மளை ஒரு நாளாவது இப்படிக் கூப்பிட்டிருப்பாளா? என்று முகம் சுழித்தான்.

"அம்மா, அப்பா, எப்படி இருக்காங்க மாமா. அண்ணா, அண்ணி, குழந்தைங்க, அத்தை எல்லாரும் நல்லாருக்காங்களா?" என்று கேள்விக் கணைகளை அடுக்க ஆரம்பித்தாள்.

"கொஞ்சம் பொறுமை பப்பிமா மூச்சு வாங்கிட்டுப் பேசு" என்று சிரிப்புடன் சொன்னவன், "நான் உங்க வீட்டுக்குப் போகலை எங்க வீட்ல இருந்து வறேன்" என்றான்.

ஓ என்று முகம் சோர்ந்தவள், "அத்தையையும் கூட்டி வந்திருக்கலாமே" என்றாள்.

"நான் வந்தது உங்க அத்தைக்குத் தெரியாதுமா தெரிந்திருந்தால் வந்திருப்பாங்களாங்கறது சந்தேகம் தான். எனக்குத் தான் கல்யாணத்தன்று பார்த்தது எப்படி இருக்கியோன்னு இந்த ஒரு வாரமே அதே நினைப்பு, அதான் பார்த்துட்டே போகலாம்ன்னு வந்துட்டேன்.

ஏன் மா மாப்பிள்ளை என் கூடப் பேசமாட்டாராம்" என்றான் கொஞ்சம் வருத்தமாகவே.

நான் கல்யாணம் பண்ணிக்க வேண்டிய பொண்ணைக் கல்யாணம் பண்ணிட்டு, என்ன திமிரும் தெனாவெட்டுமா நிக்கறான் என்று மனசுக்குள் எண்ணம் ஓடிக் கொண்டிருந்தது அவனுக்கு.

இதற்கு மேல் கேட்காமலிருந்தால் நம்மளையே வில்லனா சொல்லிக் கொடுக்க நம்ம வீட்லையே ஆட்கள் இருக்காங்க, அதைப் பிடித்துக் கொண்டு என் பொண்டாட்டி பேசறதைக் கேக்கறக்கு இவனை வான்னு கேக்கறது எவ்வளவோ மேல் என்று நினைத்துக் கொண்டவன்,

"கேக்காம என்ன எப்ப வந்தீங்க வரன்னு சொல்லி இருந்தால் வீட்டில் இருந்திருப்போமே" என்றான் வழியச் சிரிப்பை வரவழைத்துக் கொண்டு.

"நானே தீடீர்ன்னு தான் வந்தேன்" என்றான் மிதுன்.

தன் அண்ணன் இருவரையும் அறிமுகப்படுத்தி வைத்து விட்டு அவனோடு பேசிக் கொண்டிருக்க, யாழ் நிலாவும் அவர்களோடு கலந்து கொண்டாள்.

சித்தார்த் தன் அத்தை மகனிடம் பேசிக் கொண்டிருந்ததில் சந்தோஷமடைந்தாள் யாழ்.

கொஞ்ச நேரம் பேசிக் கொண்டிருந்தவன், "பப்பிமா நீயும் மாப்பிள்ளையும் நம்ம வீட்டுக்கு வாங்க" என்று அவர்களை அழைத்து விட்டுக் கிளம்பினான்.

அவனை அனுப்பி விட்டு அறைக்கு வந்ததும், "தேங்ஸ்" என்றாள்.

"எதுக்கு" என்றான் சித்து.

"எங்க மாமாட்ட நட்போடு பழகியதுக்கு நல்ல முறையில் பேசியதுக்கு" என்றாள் போட்டிருந்த நகையைக் கழட்டிக் கொண்டே.

"உங்க மாமாவுக்கும் எனக்கும் சண்டையா? பேசாம இருக்கறக்கு, உங்க அப்பா தாண்டி எனக்கு எதிரி" என்றான் அவள் இதழைப் பிடித்துத் திருகிக் கொண்டே.

வலியில் அவளுக்குக் கண்கலங்கி விட, "விடு வலிக்குது" என்று கத்தியவள் இதழ் சிவந்து போயிருந்தது.

அதைப் பார்த்தவனுக்குச் சண்டை எல்லாம் மறந்து போய், இதழ் தந்த போதையில் அதையே பார்த்துக் கொண்டிருந்தான்.

"எங்க அப்பா உன்னை என்ன பண்ணினாங்க. எங்க அப்பா எந்த தவறும் செய்திருக்கமாட்டார் அந்த நம்பிக்கை எனக்கு இருக்கு, நீ இவ்வளவு கெடுதல் செய்திருந்தாலும் என் அப்பாவுக்கு உன் மேல் ஏதோ பாசம் இருக்கு.

அதனால தான் என்னை உன் கூட வாழ விட்டிருக்கார், இல்லைனா எப்படியும் என்னை அவர்கிட்ட கூட்டிப் போயிருப்பார். இன்னொரு முறை எங்கப்பாவைப் பத்தி பேசின அப்பறம் அவ்வளவு தான் உன்னை என்ன பண்ணுவேன்னு எனக்கே தெரியாது" என்று கோபத்துடன் சொல்லி விட்டு மாற்று உடை எடுத்துக் கொண்டு குளியல் அறைக்குள் புகுந்து கொண்டாள்.

அவள் வெளியில் வருவதற்காகக் குளியலறை வாசலிலேயே காத்திருந்தவன் அவள் வந்ததும், "என்னமோ பண்ணுவேன்னு சொன்னீல்ல என்ன பண்ணுவ" என்றான் அவன் குரலில் நக்கல் வழிந்தோடியது.

"அது தான் சொன்னேனே எனக்கே தெரியாதுன்னு, அந்த சமயத்தில் என்ன தோனுதோ அதைச் செய்வேன் போதுமா" என்று சொல்லி விட்டுப் பட்டுப் புடவையைக் கட்டில் மேல் போட்டு மடித்துக் கொண்டிருந்தாள்.

"நான் உன்னை மாதிரி இல்லைடி என்ன தோனுதோ அதை அப்பவே பண்ணுவேன்" என்று சொல்லியவன், அவளின் கையிலிருந்த பட்டுப்புடவையைப் பிடுங்கி கட்டில் மேலே போட்டு விட்டு, அவளின் இடையைச் சுற்றிலும் தன் கையைப் படர விட்டான்.

கோபத்துடன் அவன் கையைத் தட்டிவிட, அந்தக் கையில் மேலும் அழுத்தம் கூடியதே தவிர அந்த இடத்திலிருந்து கொஞ்சம் கூட அசைந்து கொடுக்கவில்லை.

"எனக்கு வேலை இருக்கு விடு" என்று முணுமுணுத்தாள்.

"இதுவும் உன்னோட வேலை தாண்டி ஆனா நீதான் ஏமாத்திட்டு இருக்கற, நானும் பாவம்ன்னு பொறுமையாப் போறேன் எப்ப என்கிட்ட வசமா சிக்குவீன்னு தெரியலை" என்று சொல்லி விட்டு, மேலும் அவளைப் பேச விடாமல் அவள் இதழைத் தன் இதழால் மென்மையாக ஒற்றி எடுத்தான்.

அதுவே அவனுக்கு போதை ஏற்ற, அவள் கழுத்து வளைவில் முகம் புதைத்து அவள் வாசத்தைச் சுவாசித்தவன், இதழ் கொண்டு வருடி விட பேதையவளின் உணர்வுகள் தறிகெட்டு ஓடியது.

அவன் அப்படியே இதழைச் சுவைத்து தன் இதழிலிருந்து அவள் இதழுக்கு அமுதை ஊட்டினான்.

அவள் உடல் முழுவதும் ஒரு வித பரவச நிலையில் கால்கள் பலமிழந்து, மொத்த உடலும் உணர்வுப் பிடியில் அவளை நிற்க விடாமல் செய்ய, அப்படியே சரிந்தவளைத் தூக்கி கட்டிலில் போட்டவன் அப்படியே அவள் மேல் சரிந்தான்.

அவள் உடலில் அங்கங்கே முத்தமிட்டு அவளைத் துடிக்கச் செய்தான்.

யாழ், "சித்து இப்ப இது வேண்டாம்" என்று அந்த நிலையிலும் அவளின் முணுமுணுப்பும் பலவீனமான குரலும் சித்து என்ற அழைப்பும், அவனுக்கு அவள் மேல் காதலைக் கூட்டியது.

இப்ப வரையில் நான் தான் இவள் மேல் காதல் வந்து, என்ன செய்யறோம் எதற்குக் கூட்டி வந்தோம் என்று எதுவும் புரியாமல் சுத்திட்டு இருக்கேன்.

இவளுக்கும் நம் மேல் காதல் வந்திருக்குமா? அதான் சித்துன்னு கூப்பிட்-டாளா? என்று நினைத்தவனுக்கு, அவள் உடம்பு தந்த போதையை விட இந்த நினைவு ஜிவ்வென்று அவனைப் பறக்க வைத்தது.

அவளை மென்மையாக வருடிக் கொடுத்து, "சரிடி தூங்கு" என்றவன், அவள் தலையிலிருந்த மல்லிகைச் சரத்தைத் தன் நாசியில் இழுத்தான்.

அது அவனுக்குள் புது வித உணர்வைத் தந்தது. இருவருமே தங்கள் வசம் இல்லை ஆனாலும் அவன் அவளுக்காக விட்டுக் கொடுத்து அமைதிகாத்தான். அவளோ அவன் அணைப்பிலிருந்து விடுபட முடியாமல் அப்படியே உறங்கிப் போனாள்.

வெகு நேரம் தன் கைப்பிடியில் வைத்து அவளைப் பார்த்துக் கொண்டிருந்த-வனுக்கு, சீக்கிரமா இவ நம்மளை புருஞ்சுக்குவா என்ற நம்பிக்கையில் உறங்கி-னான்.

அடுத்த நாள் காலையில் எழுந்து வழக்கம் போல் தன் வேலையை முடித்து விட்டு, யசோதாவுக்கு சாப்பாட்டை எடுத்துச் சென்றவள், "அம்மா" என்று அழைத்து அவளிடம் நேத்துக் கல்யாணத்திற்குச் சென்றது, வீட்டிற்கு அத்தை பையன் வந்தது என்று சொல்லிக் கொண்டிருந்தாள்.

அவளிடமிருந்து எந்த ரியாக்சனும் வராவிட்டாலும் அமைதியாகவே கேட்டுக் கொண்டிருந்தாள்.

"சரி குளிக்கலாமா? அம்மா" என்றவள், இப்பெல்லாம் இவங்க அமைதியாகத் தானே இருக்காங்க பின்ன எதுக்குக் கட்டி வைக்கனும் என்று நினைத்தவள், அந்-தச் சங்கிலியிலிருந்து அவளை விடுவித்தாள்.

யசோதாவுக்கோ அது எதுவும் புரியாமல் அவள் பின்னாடியே நின்றாள். "வாங்க" என்று கைபிடித்து அழைத்துச் சென்றவள், அவரை அமரவைத்து ஷாம்பு சோப்பு போட்டு நன்றாக குளிக்க வைத்தாள்.

உள்ளதுலயே நல்ல புடவையாக எடுத்து அழகாக உடுத்தி விட்டவள், தளர-தளர ஜடை பின்னி பொட்டு வைத்து விட்டதும் பார்க்க அம்சமாக இருந்தவளை, கண்ணாடி எடுத்து வந்து அவளுக்குக் காட்டினாள்.

அதில் தன் உருவத்தைப் பார்த்த யசோதா அப்படியே கண்கள் மட்டும் விரிந்-தது. கொஞ்ச நேரம் அதையே வெறித்துப் பார்த்துக் கொண்டிருந்தவளிடம் கண்-ணாடியை வாங்கியவள்,

"மீதியை நாளைக்குப் பார்த்துக்கலாம் இப்ப பசிக்கும் சாப்பிடலாமா?" என்று அவள் அருகில் சாப்பாட்டை வைத்தவள், "சாப்பிடுங்க அதுக்குள்ள நான் இந்த ரூமைச் சுத்தம் பண்றேன், அப்பறமா நான் உங்களுக்கு இந்த வீட்டைச் சுத்திக் காட்டறேன்" என்றாள்.

அவளும் அமைதியாகச் சாப்பிட யாழ் அந்த அறையைச் சுத்தம் செய்து தண்ணீர் விட்டுத் துடைத்து விட்டாள்.

யசோதா சாப்பிட்டதும் தன் அறைக்கு அழைத்துச் சென்றாள். அந்த அறையைச் சுத்தி வந்தவள் ஒவ்வொரு இடமாக வெறித்துப் பார்த்துக் கொண்டே வந்தாள்.

"சரி வாங்க நாம வெளியில போகலாம் என்று அழைத்தவள், யாராவது திட்டுவாங்களோ என்று நினைத்தவள், அனைவரும் சமையலறையில் இருப்பதை உறுதிப் படுத்திக் கொண்டு யசோதாவை வெளியே அழைத்துச் சென்றாள்.

யசோதாவோ ஏதோ காணாததைக் கண்ட மாதிரி இதுக்கும் அதுக்கும் ஓடி ஓடிப் பார்த்தாள். தன்னைத் தானே சுற்றிக் கொண்டாள் கை தட்டினாள்.

அவளிடம் இருந்து பல்வேறு உணர்வுகள் வெளிப்படுவதை ரசித்துக் கொண்டு அங்கே அமர்ந்திருந்தாள் யாழ்.

சுத்தி வந்தவள் யாழ் கையையும் பிடித்து இழுத்துக் கொண்டு சென்றாள். அவளுடன் சென்ற யாழ் அங்கே பூத்திருந்த பூவைப் பார்த்து விட்டு, "அம்மா இது ரொம்ப அழகா இருக்கல்ல" என்றாள்.

அவள் முகம் மலர்ந்திருந்தது எப்போதும் ஒரு வித இருக்கத்திலேயே இருந்த முகம் இன்று களையாகத் தெரிந்தது.

தினமும் இப்படி வெளியே அழைத்து வரனும் அப்பத் தான் அம்மாவுக்கும் சந்தோஷமா இருக்கும் சீக்கிரமா குணமாகும். அதை விட்டுட்டு இப்படியே ரூமில் போட்டு அடைச்சு வெச்சிருந்தால் எப்படி குணமாகும்.

முதல்ல கொஞ்சம் ஆக்ரோஷமா இருந்தாங்க. அதையே நினைச்சுப் பயந்துகிட்டு இப்பவும் யாரையும் கிட்டே விடாம இருக்கும் அந்த வீட்டு ஆண்கள் மேல் கோபம் கொப்பளித்தது.

அதற்குள் ஓடிப் போய் ஒரு பூவைப் பறித்து வந்து யாழ் தலையில் வைத்து விடவும், நெகிழ்ந்து போனவள் அம்மா என்று அணைத்துக் கொண்டாள்.

யசோதாவுக்குப் புரியவில்லை என்றாலும் யாழின் அணைப்பு அவளை என்னவோ செய்தது.

"இருங்க இன்னும் கொஞ்சம் பூ பறிச்சு சாமிக்கு கொண்டு போகலாம்" என்றவள் அந்தப் பூவை எல்லாம் பறிக்க, யசோதா அந்த இடத்தைச் சுத்தி சுத்தி வந்தாள்.

பூப் பறித்துக் கொண்டிருந்த யாழ் யசோவின் சத்தம் கேட்காமல் போகவே சுற்றிலும் பார்வையை ஓட்டினாள்.

எங்கேயும் காணாமல் போக பதற்றத்துடன் பூவை அப்படியே போட்டு விட்டு அந்த இடத்தைச் சுற்றிலும் தேடிப்பார்த்தவள், வீட்டுக்குப் போய்ட்டாங்களா என்று வீட்டுக்குள் ஓடினாள்.

அப்போது தான் வந்திருந்த சித்து வரவேற்பறையில் அமர்த்திருந்தான். அவனைக் கூடக் கவனிக்காமல் யசோதாவின் அறைக்கு ஓடியவள், அங்கேயும் காணாமல் அழுது கொண்டே எல்லாப் பக்கமும் தேடினாள்.

"ஏய் என்னாச்சு இப்படி பதட்டமா என்னத்த தேடுற" என்றான் சித்து.

அவனின் சத்தம் கேட்டு செண்பகமும் சாருவும் எட்டிப் பார்க்க, யாழ் அழுது கொண்டே, "யசோதாமாவைக் காணாம் வெளியில கூட்டிட்டுப் போய் சுத்திக் காட்டிட்டு இருந்தேன் திடீர்னு காணாம போயிட்டாங்க" என்றாள்.

பதட்டத்தில் கண்மண் தெரியாமல் கோபம் வர, கண்ணத்தில் ஓங்கி ஒரு அறை விட்டான். செண்பகமும் சாருவும் வருவதற்குள் யாழ் மயங்கிச் சரிந்திருந்தாள்.

செண்பகமும் சாருவும் தண்ணீர் தெளித்து அவள் மயக்கத்தைத் தெளிவிக்க முயற்சி செய்ய, சுதா ரேவதி, கிஷோர், தீலீபன், தர்ஷினி எல்லாரும் வெளியில் ஓடிப் போய் யசோதாவைத் தேடினார்கள்.

யாழி கண் விழித்ததும், "ஏண்டி எங்க அக்காவைப் பார்த்துக்க முடியலைனா சொல்லித் தொலைக்க வேண்டியது தானே, அதுக்காக இப்படியா பண்ணுவ அவங்க மட்டும் கிடைக்காம இருக்கட்டும் உன்னை தொலைச்சிருவேன் ஜாக்கிரதை" என்று மிரட்டி விட்டு அவனும் தேடச் சென்றான்.

எல்லாரும் பதட்டத்துடன் தேடினார்கள் எங்கேயும் காணாமல், "ரொம்ப தூரம் போயிருக்க முடியாது அண்ணா பக்கத்தில் தான் எங்காவது இருப்பாங்க.

ஒவ்வொருத்தரும் ஒரு பக்கம் போகலாம்" என்று பிரிந்து தேடினார்கள். யாழும் அழுது கொண்டே வெளியில் வந்து, "அம்மா அம்மா" என்று அழைத்தாள்.

எந்தப் பதிலும் வராமல் போகவே அவளுக்குப் பயம் பிடித்துக் கொண்டது. தன்னைப் பிடித்திருந்த சாருவின் கையை உதறி விட்டுத் தேட ஓடினாள்.

சித்து தேடிக் கொண்டே செல்ல புதர் மாதிரி செடிகள் அடந்திருந்த பகுதியில் சேலையின் நுணியைப் பார்த்தவன், "அக்கா" என்று ஓடிப்போய் அவளைப் பிடிக்க அவள் இன்னும் ஒன்றினாள்.

இந்தச் சத்ததைக் கேட்டு எல்லாரும் அவனிடம் ஓடினார்கள். ஏற்கனவே சித்து வந்ததைப் பார்த்துத் தான் ஓடி வந்து ஒளிந்திருந்தாள் யசோதா. இப்போதும் அத்தனை பேரையும் பார்த்து மிரண்டு போயிருந்தவள் கண்ணுக்கு யாழ் பட்டவுடன், புயல் வேகத்தில் எழுந்து எல்லாரையும் தள்ளிக் கொண்டு யாழ் பின்னாடி வந்து மறைந்து நின்று கொண்டாள்.

அவளைப் பார்த்த யாழ் கட்டிக் கொண்டு, "அம்மா எங்க போனீங்க எதுக்கு இங்க வந்தீங்க, நாங்க உங்களைக் காணாமல் பயந்துட்டோம் தெரியுமா?" என்றாள்.

அந்த பேச்சு எல்லாம் அவளுக்குப் புரிந்தால் தானே பதில் சொல்ல, சுற்றிலிருந்து அத்தனை பேரையும் மிரட்சியுடன் பார்த்துக் கொண்டிருந்தாள்.

கிஷோரும் திலீபனும், "அக்கா" என்று கிட்டே வர, அவள் இன்னும் யாழுக்குள் ஒடுங்கிப் போனாள்.

அங்கிருந்த எல்லாரையும் பார்த்துப் பயப்பட்டவள், யாழியின் பின்னே ஒட்டிக் கொண்டதை வியப்பாகப் பார்த்தார்கள்.

"பார்த்தியாடா யாழ் எதையும் யோசித்துத் தான் செய்யறா, நீ தான் அவசரத்துக்குப் பொறந்தவன் எதையும் நின்னு நிதானமா யோசிக்கிற வேலையே கிடையாது.

பாவம் அவளைப் போய் அந்த அடி அடிச்சையே இப்ப உன் அக்காவை நீ கூப்பிட்டாலும் வரமாட்டா, அவகிட்டத் தான் போறா இதுக்கு என்ன பண்ணப் போற.

இந்தப் பொண்ணைக் கல்யாணம் பண்ணிட்டு வந்த நாள் முதல் கொண்டு அடுச்சே கொல்ற, உனக்கு பிடிக்கலைனா ஏன் இங்கே வெச்சிருக்கனும் அவங்க அப்பா வீட்டுக்கு அனுப்பிவிடு, அங்கயாவது அவ நிம்மதியா இருக்கட்டும்" என்று கோபத்தில் பொறிந்து தள்ளினார் செண்பகம்.

வீட்டிலுள்ளவர்களும் அவனைத் திட்டி விட்டுச் செல்ல அவனுக்கே குற்றவுணர்வாகப் போனது.

யாழ் அவனிடம் எதுவும் பேசாமல், "யசோமா வாங்க போகலாம்" என்று அவளை அழைத்துக் கொண்டு உள்ளே சென்றவள், அவள் அறையில் விடாமல் வெளியிலேயே இருக்க விட்டாள்.

இப்போது யாரும் எதுவும் சொல்ல வில்லை தூரத்திலிருந்து பார்த்த செண்பகமும் சாருவும் கண்ணீர் விட்டு அழுதார்கள்.

"சாரு உங்க அக்கா சீக்கிரமா குணமாகிருவான்னு எனக்கு நம்பிக்கை வந்துருச்சு, அவ யாழ் பின்னாடியே சுத்தரா அவ சொல்றதைக் கேக்கறா" என்று நெகிழ்ந்து போய்ச் சொன்னாள்.

"நானுப் பார்த்தேன்மா அக்காவை இந்த யாழ் பொண்ணு மாதிரி பார்த்துக்கறா, அவளுக்குக் குழந்தை இல்லாத ஏக்கம் இவள் மூலமாகத் தான் தீரணும்னு இருக்குது" என்றவள் பார்வை அவர்கள் இருவரிடமும் சென்றது.

அன்று அவளைத் தனிமையில் விடாமல் கூடவே வைத்திருந்த யாழ், அவளோடவே சாப்பிடவும் வைத்து விட்டு அவள் அறையில் கொண்டு போய் விட்டாள்.

அவளுக்கு ரொம்பவும் சந்தோஷமாக இருந்தது. இவ்வளவு நாள் அவர்களிடம் நாம் காட்டிய அன்புக்கு இன்று தான் பதில் கிடைத்திருக்கிறது. இன்னும் உங்களை இதிலிருந்து முற்றிலும் வெளியே கொண்டு வருவேன் யசோதாமா என்று நினைத்துக் கொண்டாள்.

யசோதா யாழை விடாமல் பிடித்துக் கொள்ள, அவள் கூடவே இருந்து தூங்க வைத்தவளுக்கு இப்போது சங்கிலியில் கட்டுவதா வேண்டாமா என்ற குழப்பம் வந்தது.

இப்ப நல்லா தானே இருக்காங்க, வெளியில் விட்ட போது கூட அவ்வளவு நேரம் எங்கேயும் போகாமல் ஒரே இடத்தில் தானே உட்கார்ந்து இருந்தாங்க, அதனால் இனிமேல் இவங்களைக் கட்டக் கூடாது சாப்பாடும் இந்த அறையில் கொடுக்க கூடாது. எல்லார் கூடவும் சேர்ந்து சாப்பிட வைக்கனும் என்று நினைத்துக் கொண்டு, கட்டாமல் கதவை வெளிப்பக்கம் தாழிட்டு விட்டு தன் அறைக்குச் சென்றாள் யாழ்நிலா.

9

அத்தியாயம் 9

அறையில் யோசனையுடன் படுத்திருந்த சித்து மனைவியைப் பார்த்ததும் எழுந்து அமர்ந்தான்.

அவள் அவனைக் கண்டு கொள்ளாமல் துணியை மடித்து வைத்துக் கொண்டிருந்தாள். அருகில் சென்றவன் அவள் கண்ணத்தைத் திருப்பிப் பார்த்தான்.

அவனுடைய கையின் ஜெராக்ஸ் அதில் தெரியவும் அதை மென்மையாக வருடிக் கொடுத்தவன், "சாரிடி ஏதோ கோபத்தில் அடுச்சுட்டேன் மன்னிச்சுக்கோ" என்றான் அவன் குரல் கரகரத்து ஒலித்தது.

அவளிடம் எந்த பதிலும் வரவில்லை துணி மடிக்கும் வேலையை மட்டும் பார்த்துக் கொண்டிருந்தாள்.

அதைப் பிடுங்கிப் போட்டவன் அவளை அழைத்து வந்து கட்டிலில் அமர வைத்தான். அவள் அமைதியாகவே இருக்க, அவள் மடியில் தலை வைத்துப் படுத்துக் கொண்டான்.

இதை எதிர்பார்க்காதவள் அதிர்ந்து போய் அவனைத் தள்ளி விடப் பார்த்தாள். அவனின் இறுகிய பிடியில் கூச்சத்தில் தவித்துப் போனாள்.

அவனின் கைப்பட்ட இடமெல்லாம் அவளை உணர்ச்சிக் குழம்பாக்கிக் கொண்டிருந்தது. மூச்சு வாங்க உடம்பெல்லாம் உதறல் எடுக்க, "பீளீஸ் எழுந்திரு" என்றாள். அவள் குரல் வெண்ணெய்யில் குழைத்து எடுத்தது போல் இருந்தது.

அதைப் பொருட்படுத்தாதவன், "நிலா ஆரம்பத்திலிருந்து உன் விஷயத்தில் நான் தோத்துப் போய்கிட்டே இருக்கேன்.

உங்க அப்பாவை ஜெயிக்க உன்னைக் கல்யாணம் பண்ணின நான், உன்கிட்ட முழுசா தோத்துட்டேன். தாலிகட்டும் போது நீ உன் விழியை உயர்த்தி முதல் முதலில் என்னைப் பார்த்த பாரு, அங்க தான் அந்த விழியில் தான் நான் மொத்தமாக விழுந்தேன்.

உன்னைக் கல்யாணம் பண்ணிக் கூட்டி வந்து உங்க அப்பா செய்ததை என் வீட்டில் உள்ள எல்லாரிடமும் சொல்லி, உன்னை எல்லாரும் கஷ்டப்படுத்தனும் நீ இங்கே இருக்க முடியாமல் உங்க அப்பாட்ட சொல்லி அழனும் அதில் அவர் துடித்துப் போகனும், உன்னைப் பார்க்கும் வரை இப்படித் தான் என் எண்ணமாக இருந்தது.

உன் கழுத்தில் தாலி கட்டிய பிறகு உன்னைப் பத்தி எதுவும் யார்கிட்டயும் சொல்ல எனக்கு விருப்பமில்லை. உன்னை கஷ்டப்படுத்தறதா இருந்தால் அது நான் மட்டுமாகத் தான் இருக்கனும்.

வேறு யாரும் எந்த விதத்திலும் உன்னை எதுவும் சொல்லிறக் கூடாது அதில் நான் தெளிவாக இருந்தேன்.

இந்த மாற்றம் எதனால வந்ததுன்னு எனக்குத் தெரியலை, ஆனால் உன்னை எங்கேயும் என்னால விட்டுக் கொடுக்க முடியலைடி.

என் அக்கா முதல்நாள் உன்னைக் காயம் பண்ணியதைப் பார்த்து என் உயிரே போய் விட்டது. அதான் இனிமேல் நீ அக்காவைப் பார்க்க வேண்டாம்ன்னு சொன்னேன், பிடிவாதமா பார்த்து இன்னைக்கு எங்க அக்கா உன்னை உணர்ர அளவுக்குக் கொண்டு வந்திருக்க.

எனக்கு எவ்வளவு சந்தோஷமா இருக்கு தெரியுமா. நீ எப்படியும் எங்க அக்காவைப் பழைய மாதிரி கொண்டு வந்துருவ அந்த நம்பிக்கை எனக்கு வந்துருச்சுடி" என்றான்.

"ஏண்டி எல்லார் மாதிரி நாமளும் எந்தப் பிரச்சனையும் இல்லாம, நாம ரெண்டு பேரும் காதலிச்சு எல்லார் சம்மதத்தோட கல்யாணம் பண்ணியிருந்தால் நம்ம வாழ்க்கை எவ்வளவு சந்தோஷமா இருக்கும்ன்னு நினைச்சுப் பார்ப்பேன்.

ஆனால் என் காலம் முழுவதும் உன்னை அடிக்கிறதிலேயே போயிரும் போல இருக்குடி. எனக்கே வரவர பயமா இருக்கு நான் அவசரப்பட்டு உன் மேல கை வெக்கறதும், நீ அழறதும் கடைசியில என்னை வெறுத்துருவியோன்னு நினைக்கும் போதே, என்னையறியாமல் என் மனசில் ஒரு வலி வருதுடி.

நீ என்னை வெறுத்துருவியா? என் மேல உனக்கு கோபம்ன்னு தெரியும்" என்று சொல்லும் போதே அவன் கண்ணீர் அவளுடைய தொடையில் பட்டது.

அதில் அவள் மனமும் துடித்துப் போக அவள் கை தானாக அவனுடைய தலையை வருடி விட்டது. அவனுடைய காதலின் ஆழத்தைச் சொன்ன பிறகு அவளுக்கும் அவனின் மேல் ஒரு இனம்புரியாத ஈர்ப்பு வந்தது.

கடனே என்று தாலி கட்டிக் கொண்டு வந்து, யசோதாவை சரி பண்ணுவதிலேயே தன் முழு நேரத்தையும் செலவு செய்து அன்பாக பார்த்துக் கொண்டவளுக்கு, முதல் முறையாக இது என் வீடு இது என் கணவன் என்ற உரிமை உணர்வு வந்தது.

அவன் தொட்டதும் தன் உடல் கொடுத்த பதிலுக்கு இன்று விடை கிடைத்தது.

தன் தலையை வருடிய கையை எடுத்து முத்தமிட்டவன் அவள் விழியைப் பார்த்தான்.

அவளும் அவனைத் தான் பார்த்துக் கொண்டிருந்தாள். "என்ன நிலா அப்படிப் பார்க்கற நான் சொல்றதை நம்பலையா" என்றான் தவிப்புடன்.

"நம்பறேன் நீ என்னைத் தொடும் போது அதிலிருந்த காதல் எனக்கு அப்பப் புரியலை இப்ப புரியது. ஆனா எனக்கு ஒரு விஷயம் மட்டும் சொல்லு.

எங்க அப்பாவுக்கும் உனக்கும் என்ன பிரச்சனை அதில் உங்க அக்கா எங்க வராங்க. இதை நான் சந்தேகத்தில் கேட்கலை எங்க அப்பா எப்பவும் சந்தேகத்-துக்கு அப்பாற்பட்டவர்.

அவரை எனக்கு நல்லாத் தெரியும் பெத்த பெண்ணை மனசார நேசிக்கும் எந்த தகப்பனாலும் இன்னொரு பொண்ணுக்குக் கெடுதல் பண்ண முடியாது. எங்க அப்பாவுக்கு நான்னா உயிர் அப்படி இருந்தும் என்னை உனக்கு விட்டுக் கொடுத்-திருக்கார்.

என் புருஷனா நீ எப்போதும் அவர் பார்வையில் தவறாகிறக் கூடாது. நீ தான் எதையோ தவறா புருஞ்சுகிட்ட. சரி நடந்தது நடந்துருச்சு இனி இது நம்ம ரெண்டு பேர் சம்பந்தப் பட்டது நாம தான் சரி பண்ணனும்" என்றாள்.

"இல்லைடி எனக்கு நல்லா தெரியும் தப்பு உங்க அப்பா தான் செய்தார். கண்-ணால பார்த்த நான் சொல்றதை நம்ப மாட்டியா?" என்று அவன் பார்வையிலும் குரலிலும் இருந்த பரிதவிப்பு அவளை நிலைகுலைய வைத்தது.

"சரி எங்க அப்பா மேலையே தவறு இருக்கட்டும் என்ன நடந்தது சொல்லு அவர் பொண்ணா எனக்கு இது தெரியனும்" என்றாள் தீவிரத்தோடு.

"சரிடி சொல்றேன்" என்றவன், அவள் மடியில் படுத்துக் கொண்டே தன் கடந்த காலத்தை அவளிடம் பகிர்ந்து கொண்டான்.

"அக்கா நீங்க எப்ப பாரு எங்களுக்குத் தரதை விட அதிகமா சித்துக்குத் தான் தரீங்க, எங்களுக்கு இதுவும் வேண்டாம் போங்க" என்று கொடுத்த பிஸ்க்கெட்டை எல்லாம் அவளிடமே தந்து விட்டுச் சென்றான் தீலீபன்.

அவனைப் போக விடாமல் பிடித்த யசோதா, "திலீப் நீ பெரிய பையன் நீ தான் உன் தம்பிய பார்த்துக்கனும், அதை விட்டுட்டு போட்டி போடற பாரு நானும் உங்-களை விடப் பெரியவ தான். உங்களுக்கு விட்டுக் கொடுக்கறேன்ல அது மாதிரி இவன் தான் நம்ம வீட்ல எல்லாரையும் விடச் சின்னப் பையன், இவனுக்குத் தான் நாம முதல்ல கொடுக்கனும் சரிதானே கிஷோர்" என்று தம்பிகளிடம் சொல்லிக் கொண்டிருந்தாள்.

அக்கா செய்ததில் விருப்பம் இல்லை எற்றாலும், தங்களைப் பெரியவங்க என்று சொன்னதில் சந்தோஷமடைந்தவர்கள், "ஆமாக்கா நாங்க தம்பியப் பார்த்-

துக்குவோம்" ஏன்றார்கள் இருவரும்.

அதை உள்ளே இருந்து கேட்டுக் கொண்டிருந்த சாருமதியும் செண்பகமும் சிரித்துக் கொண்டார்கள்.

"அம்மா அக்கா அவளோட செல்லத் தம்பிக்கு நிறையக் கொடுத்திருக்கா, இதுங்க ரெண்டும் சண்டைக்கு வரவும் எப்படிச் சமாளிக்கறா பாருங்க" என்று சொல்லிச் சிரித்தாள்.

"இவளால் தான் இந்த சித்து யார் பேச்சையும் கேட்பதில்லை, அவன் இஷ்-டத்துக்கு ஒவ்வொன்னும் பண்றான். வர வரப் பிடிவாதமும் அதிகமாயிருச்சு, இவன் தப்பு செய்தாலும் அக்கா இருக்காங்கற தைரியத்தில் எப்படி வெறைச்சு-கிட்டு நிக்றான் பாரு.

இது எங்க போய் முடியுமோ தெரியலை" என்று புலம்பிக் கொண்டிருந்தார் செண்பகம்.

காய்ச்சல் வந்தாலும் சித்து எதிர்பார்ப்பது யசோதாவைத் தான் கிட்டயே இருந்து பார்த்துக் கொள்வாள்.

ஒரு நாள் பள்ளிக் போயிட்டு வந்த சித்துவுக்கு உடம்பு நெருப்பா கொதித்தது. டாக்டரிடம் கூட்டிப் போய் பார்த்துக் கூட்டி வந்தார்கள்.

இரவும் பகலும் கண் விழித்து கிட்டயே இருந்து யசோதா தான் பார்த்துக் கொண்டாள்.

அடுத்த நாள் தம்பிக்கு அம்மைக்கான அறிகுறி தென்படவும் யசோதா ரொம்-பவும் பயந்து போய் விட்டாள்.

"சித்து சித்து" என்று அவனை விட்டு எங்கேயும் போகாமல் அடைகாத்தாள். இதில் அழுகை வேறு செண்பகம் தான் அவளுக்கு ஆறுதல் சொல்ல வேண்டி இருந்தது.

"இதுக்கு என்ன அம்மா பண்ணனும்" என்று தன் அம்மாவிடம் கேட்டாள்.

"காலையில் நேரத்திலேயே குளிச்சிட்டு அம்மன் கோவிலுக்குப் போய் சாணி-போட்டு வாசல் தெளிச்சு கூட்டி கோலம் போட்டுட்டு, சாமிக்கு தீபம் ஏற்றி வேப்-பிள்ளையும் மஞ்சள் இரண்டும் கலந்த தண்ணீரை சாமி மேல் ஊற்றி விட்டு, சாமி மேல் பட்டு கீழே விழும் நீரைக் கொண்டு வந்து சித்து மேல தெளித்து விடனும்.

இளநீர் நிறைய குடிக்கனும் வேப்பிள்ளை நிறைய அவனைச் சுற்றிலும் வைக்-கனும்" என்றாள்.

அம்மா சொன்னதை அச்சறப் பிசகாமல் செய்தாள் யசோதா. கிஷோரும் திலீ-பனும் கூட எந்நேரமும் சண்டை போடும் தம்பி, கூட இல்லாததால் ரொம்ப வருத்-ததுடன் சித்து பக்கத்தில் அமர்ந்திருந்த சாருமதி அக்காவிடம் கேட்டார்கள்.

"என்னடா அதிசயம் எலியும் பூனையுமா இருக்கறவங்க இப்ப தம்பி மேல அவ்வளவு பாசமா?" என்று கேலி பேசினாள்.

"சாரு அவனுகளே தம்பி மேல உள்ள பாசத்துல கேக்கறானுக நீ கிண்டல் பண்றையா?" என்று கடிந்து கொண்ட யசோதா, "இன்னும் இரண்டு மூன்று நாளில் தம்பிக்குச் சரியாகிடும் அப்பறம் உங்க கூட அவனும் விளையாடுவான்" என்றாள்.

இந்த அக்கா சித்து மேல அவனுகளுக்கு ரொம்ப பாசம் என்று அவர்கள் மனசில் பதியவைக்க எப்படி எல்லாம் பேசுது. இதே கிஷோருக்கும் எனக்கும் சண்டை வந்தால் கண்டு கொள்வதே இல்லையே என்று மனதில் எழுந்த எண்ணத்தை அடக்கி விட்டு அவர்களோடு பேசிக் கொண்டிருந்தாள்.

சித்து தூங்கும் போது கூட அக்கா என்று அவள் முந்தானையைப் பிடித்துக் கொண்டே தூங்கினான்.

அம்மை சரியாவதற்குள் யசோதாவைப் படுத்தி எடுத்து விட்டான். யசோதாவும் கொஞ்சம் கூட முகம் சுளிக்காமல் தம்பிக்காக எல்லாம் செய்தாள்.

சித்து சரியாகி பள்ளிக் கூடம் செல்ல ஆரம்பித்தான். கொஞ்ச நாளில் கருணாகரன், "நம்ம யசோதாவுக்கு ஒரு வரன் வந்திருக்கு அவங்க பார்த்து ஜாதகம் நல்லாருக்குன்னு சொன்னாங்க, நாம போய் பார்த்துட்டு வருவோம்" என்று சொல்லி செண்பகத்தை அழைத்துச் சென்றார்.

ஜாதகம் பார்த்து விட்டு, "எல்லாப் பொருத்தமும் அருமையாக இருக்கு இந்த வரனையே முடித்து விடுங்க" என்றார் ஜோசியர்.

கருணாகரன் மாப்பிள்ளை வீட்டுக்கு போன் பண்ணிச் சொன்னார், அவர்களும் பொண்ணு பார்க்க வருவதாகச் சொன்னார்கள்.

அடுத்த வாரத்தில் ஒரு நாள் பொண்ணு பார்க்க வந்தார்கள், மாப்பிள்ளை சேகரை அனைவருக்கும் பிடித்துப் போயிருந்தது.

மாப்பிள்ளை வீட்டாருக்கும் பொண்ணை ரொம்ப பிடித்திருந்தது இரு வீட்டாரும் பேசி நாள் குறித்தார்கள்.

யசோதாவிற்கு மாப்பிள்ளையைப் பிடித்திருந்தாலும் தன் குடும்பத்தை விட்டுப் பிரிய மனமில்லாமல் வருத்தப்பட்டாள்.

அதுவும் தன் பின்னாடியே சுத்தம் சித்துவை எப்படி பிரிந்து இருப்பது, இல்லை அவன் தான் என்னை விட்டுட்டு இருப்பானா? என்ற கவலையில் இருந்தவளிடம், "அக்கா உனக்கு எங்களை விட்டுப் பிரியரதை விடச் சித்துவை நினைச்சுத் தானே பீல் பண்ற" என்றாள் சாரு.

"போடி உனக்கு வேற வேலையே இல்லை எப்ப பாரு சித்து மேலையே கண்ணா இருப்பா, அவன் குழந்தைடி அவனெல்லாம் உனக்குப் போட்டியா?" என்று திட்டி விட்டு தன் அம்மாவிடம் சென்றாள்.

"அம்மா இந்த சாரு எப்பப் பார்த்தாலும் என்னிடம் வம்பு பண்ணிக்கிட்டே இருக்காள் சொல்லி வைங்க, நான் சித்து கூடப் பேசினாலே இவளுக்கு அப்படி

என்ன காண்டோ தெரியலை" என்று தன் அம்மாவிடம் புகார் படித்தாள் யசோதா.

"விடுடி அவ அப்படித் தான் உனக்கே தெரியுமல்ல பின்ன எதுக்கு இதை பெருசா பேசிட்டு இருக்க, உன் கல்யாணத்துக்கு என்ன வாங்கனும்னு போய் லிஸ்ட் போட்டு வை அப்பா வந்துதும் போயிட்டு வரலாம்" என்று சொன்னாள் செண்பகம்.

"வாடா சித்து நாம சொன்னா யாருக்கும் புரியாது" என்று அவனோடு சென்று கல்யாணத்துக்கு தனக்கு என்ன வேண்டும் என்பதை யோசித்து எழுத ஆரம்பித்தாள்.

"அக்கா எனக்கும் புது சட்டை பேண்ட் வாட்ச் எல்லாம் வாங்கித் தா" என்ற சித்துவைக் கட்டிக் கொண்டவள், "உனக்கு இல்லாததா உனக்குத் தாண்டா முதல்ல வாங்குவேன்" என்று முத்தமிட்டவள் கண்ணத்தில் அவனும் முத்தமிட்டான்.

யசோதா அம்மா அப்பாவோடு சென்று தனக்குத் தேவையானதை எல்லாம் வாங்கியவள் தம்பி தங்கைக்கும் துணி எடுத்தாள்.

சித்துவுக்கு மட்டும் இரண்டு செட் எடுத்துக் கொண்டவள், வாட்ச் வாங்கும் போது மூன்று பேருக்கும் வாங்கினாள்.

அதுமட்டுமில்லாமல் சித்துவுக்கு வாங்கிய பெல்ட் மாதிரி கிஷோருக்கும் திலீப்புக்கும் வாங்கியவள், வீட்டிற்கு வந்ததும் அதை எல்லாம் அவர்களிடம் கொடுக்கும் போது, "கிஷோர் திலீப் நான் கல்யாணமாகிப் போன பிறகு நீங்க தான் சித்துவைப் பார்த்துக்கனும். பாருங்க அவனுக்கு உங்க மேல் எவ்வளவு பாசமிருந்தால் இந்த வாட்ச் பெல்ட் எல்லாம் வாங்கச் சொல்வான்" என்று அவன் சொல்லி வாங்கியதாகக் காட்டிக் கொண்டாள்.

அது நன்றாக வேலை செய்தது, "சித்துவை நாங்க பாத்துப்போம் அக்கா நாங்க அவனுக்கு எல்லாம் வாங்கித் தருவோம்" என்றார்கள் இருவரும்.

இப்படி அவள் செல்லும் முன்பே சித்துவுக்கு இங்க என்ன செய்யனுமோ செய்து வைத்தாள்.

கல்யாண வேலைகள் தடபுடலாக நடக்க கல்யாண நாளும் வந்தது. மணமேடையில் மூன்று தம்பி தங்கை அம்மா அப்பா அருகில் நிற்க, சேகர் கையால் தன் கழுத்தில் தாலி வாங்கிக் கொண்டாள்.

சேகருக்கு தம்பி தங்கையைக் கூடவே வைத்திருக்கும் அவளின் பாசம் புரிந்தது.

அன்று புகுந்த வீடு செல்லும் போது சித்து அழுத அழுகை பார்க்கும் எல்லாரும் கலங்கிப் போனார்கள்.

அவன் அழுவதைப் பார்த்து யசோதாவும் அழ சாரு அவளைச் சமாதானப் படுத்தினாள்.

கிஷோரும் திலீபனும் சித்துவைப் பிடித்துக் கொண்டவர்கள், "நாங்க பார்த்துக்கறோம் அக்கா" என்றார்கள். தன் தம்பிகளைக் கட்டி அணைத்து முத்தமிட்டவள், "சித்துவைக் கவனமா பார்த்துக்குங்க" என்றாள்.

யசோதா புகுந்த வீடு சென்று இரண்டு நாள் கழித்து மறுவீடு வரும் வரை, சரியான சாப்பாடு இல்லாமல் ஏங்கிப் போயிருந்தான் சித்து.

யசோதா வருவதை அறிந்து கொண்டு வாசலிலேயே நின்று, அவள் வந்ததும் அக்கா என்று அவளை அணைத்துக் கொண்டான். "அக்கா நீ இனிமேல் இங்க இருக்க மாட்டியா?" என்று ஏக்கத்துடன் கேட்டவனை, "நீ எங்க கூட வர்றியா சித்து" என்றான் சேகர்.

"சரி மாமா" என்று சந்தோஷமாக தலையசைத்தான், அன்றிலிருந்து லீவு விட்டாள் எல்லாரும் யசோதா வீட்டுக்குச் சென்று விடுவார்கள்.

அங்கிருக்கும் வரை அவர்களை எந்தக் குறையும் இல்லாமல் சந்தோஷமாகப் பார்த்துக் கொண்டாள். எப்போதும் போல் சித்துவை தன் கைக்குள்ளையே வைத்திருந்தாள்.

சேகருக்கு மனைவி தம்பி மேல் வைத்திருக்கும் பாசத்தைப் புரிந்து கொண்டான். அவர்களுக்குக் குறுக்கே எப்போதும் வரக்கூடாது என்று தீர்மானித்திருந்தவன், ஊரிலிருந்து அவர்கள் வந்தால் அவர்கள் திரும்பப் போகும் வரை மனைவியைத் தொந்தரவு பண்ண மாட்டான்.

மனைவியின் தேவை புரிந்து கணவன் நடப்பதும் கணவனின் தேவை புரிந்து மனைவி நடப்பதும் அவர்களின் அந்நியோனியத்தை எல்லாருக்கும் பறைசாற்றியது.

புருஷன் பொண்டாட்டின்னா இப்படி இருக்கனும் என்று ஊரே மெச்சற மாதிரி சந்தோஷமாக வாழ்ந்தார்கள். அவர்களின் அந்த சந்தோஷம் கடவுளுக்கே பொறுக்க வில்லை போல, அவர்கள் வாழ்க்கையையே புரட்டிப் போட்ட அந்த நாளும் வந்தது.

10

அத்தியாயம் 10

யசோதாவுக்கும் சேகருக்கும் கல்யாணமாகி ரொம்ப வருஷம் குழந்தை இல்லை. அந்த ஒரு குறையைத் தவிர அவர்கள் வாழ்க்கையில் எந்தக் குறையும் இல்லை.

சாருவுக்குக் கல்யாணமாகி தர்ஷினி பிறந்த பிறகு யசதாவிற்கு குழந்தை இல்லாத ஏக்கம் வாட்டி வதைத்தது.

அதைப் போக்குவதற்காகவே எப்போதும் அக்கா கூடவே இருக்க ஆரம்பித்தான் சித்து .

அன்று சித்து காலேஜ் முடித்து விட்டு மாலையில் அக்கா வீட்டுக்குக் கிளம்பினான்.வார விடுமுறை நாளைக் கழிக்க அக்கா வீட்டுக்குச் செல்பவன், அன்று வெள்ளிக்கிழமை அடுத்த இரண்டு நாள் லீவு அதனால் வெள்ளிக்கிழமை மாலையில் கிளம்பினான்.

"சித்து நானும் மாமாவும் ஒரு பிஸ்னெஸ் பார்ட்டிக்கு வந்திருக்கோம், நீ பஸ்டாண்ட் வந்து இறங்கியதும் போன் பண்ணு நாங்க வரோம், நானும் நீயும் ஹோட்டல்ல சாப்பிட்டு வீட்டுக்குப் போகலாம் நான் உனக்காக இங்கே சாப்பிடாம வருவேன் சரியா?" என்றாள்.

"சரி அக்கா" என்றவன் சந்தோஷத்துடன் பஸ் ஏறினான்.

இரவு பார்ட்டி முடித்து விட்டு பஸ்டாண்ட் வந்து சித்துவையும் அழைத்துக் கொண்டு கிளம்பினார்கள்.

"ஏங்க நம்ம வீட்டுக்குப் பக்கத்துல இருக்கற ஹோட்டலுக்கே போங்க, அப்பத் தான் பொறுமையா நானும் என் தம்பியும் இந்த ஒரு வாரத்தில் நடந்ததை பேசிகிட்டே சாப்பிடுவோம் இல்லடா" என்றாள் தம்பியைப் பார்த்து.

"ஆமாம் அக்கா எனக்கும் சொல்றதுக்கு நிறைய இருக்கு, மாமா இந்த வாரமாவது நீங்க எங்க டீமில் சேர்ரீங்களா இல்லையா?" என்றான் மிரட்டலாக.

"போடா வார வாரம் நீ போடற மொக்கைய உங்க அக்கா வேணா சந்தோஷமா கேட்பா எனக்கு போரடிக்குது" என்றார் சேகர்.

"இன்னைக்குப் போரடிக்காது மாமா ஏன்னா விஷயம் அப்பிடி நீங்க கேட்காட்டி போங்க நாம பேசலாம் அக்கா" என்றான்.

இப்படியே ஜாலியாகப் பேசிக் கொண்டே செல்ல, "ஏங்க அவுட்ர்ல வந்துட்டோம் ஏசியை ஆப் பண்ணிட்டு க்ளாஸை இறக்கி விடுங்க" என்றாள் யசோதா.

சேகர் இறக்கி விட்டு பாட்டு போட, சித்துவுக்கு வெளிக்காற்று அவன் உடலைத் தீண்ட, பஸ்ஸில் வந்த கலைப்பும் தூக்கம் சொக்கியது. அக்கா மடியில் தலை வைத்துப் படுத்தவன், "அக்கா ஹோட்டல் வந்ததும் எழுப்பி விடு" என்றான்.

சரி என்று சொல்லி விட்டு அவன் தலையை வருடிக் கொண்டு வந்தவளுக்கு, இன்னமும் அவன் தன் குழந்தை மாதிரி தான் தெரிந்தான்.

"ஏங்க எனக்கு என்னோட தம்பி இருந்தாலே போதும் இவனே நமக்குக் குழந்தை தாங்க, இவனை நாமளே வெச்சுக்கலாமா? அப்பா அம்மாட்ட பேசட்டுமா?" என்றாள் ஏக்கத்துடன்.

"சரி பேசிப்பாரு இவன் நம்ம கூட இருந்தால் நமக்கும் குழந்தை இல்லைங்கற வருத்தமே தெரியாது" என்று சொன்னாள். இது தான் கடைசியா அக்கா பேசியது நான் அரைத் தூக்கத்தில் கேட்டது. அதன் பிறகு நல்லா தூங்கிட்டேன். சத்தம் கேட்டு கண்விழிக்கும் போது அத்தான் தலையில் ரத்தம் சொட்ட, காதிலும் ரத்தம் வர, தலை தொங்கிப் போனதைத் தான் பார்த்தேன். எங்க அக்கா மாமாவைப் பார்த்துக் கொண்டிருந்தாள். பார்த்தது பார்த்தபடியே அவள் விழிகள் இரண்டும் நிலைத்து விட்டது.

எனக்கு உலகமே இருண்டது போல ஆனது. "அக்கா அத்தான்" என்று கதறி அழ ஆரம்பித்தேன்..

அந்த ரோட்டில் வந்த சில வாகன ஓட்டிகள் ஓடி வந்து உதவ, ஆம்லென்ஸ் வந்தது. இரு வண்டியில் இருந்தவர்களையும் எடுத்துக் கொண்டு போக, அதைப் பார்த்த கொண்டிருந்த எனக்கு மூளை மருத்துப் போன மாதிரி ஆகி விட்டது.

நான் சுயத்திற்கு வந்து என் வீட்டுக்கு போன் பண்ணிச் சொன்னேன். இருவரையும் ஜீ எச் கொண்டு போனார்கள்.

அடுத்த ஒரு மணி நேரத்தில் எதிர் காரில் வந்தவரை அவர் குடும்பத்தினர் வேறு தனியார் மருத்துவமனைக்கு மாத்தி இருந்தார்கள்.

இங்கே நான் ஒருவன் மட்டும் பேசாமல் வெறித்துக் கொண்டிருக்கும் அக்காவையும், அத்தானுக்கு என்ன ஆச்சு என்று தெரியாமல் மருத்துவமனை வாசலிலேயே பைத்தியக்காரன் மாதிரி அல்லாடிக் கொண்டிருந்தேன்.

அம்மா, அப்பா, சாரு, கிஷோர், எல்லாரும் பதறியடித்துக் கொண்டு ஹாஸ்பிடலுக்கு வந்தார்கள். செண்பகமும் சாருவும் கதறி அழ அவர்களைப் பார்த்ததும் தாங்கமுடியாமல் கட்டிக் கொண்டு அழுதேன், கிஷோரும் கருணாகரனும் சேகரை வைத்திருக்கும் இடத்திற்கு ஓடினார்கள்.

யசோதா அக்காவைக் கட்டிக் கொண்டு அம்மா வந்திருக்காங்க" என்று உழுக்கிப் பார்த்தேன்.. சாரு அக்கா ஓடிப்போய் ஒரு பாட்டில் தண்ணீர் கொண்டு வந்து அவள் முகத்தில் வீசி அடிக்க திடுக்கிட்டு விழித்தாள்.

திருதிருவென்று விழித்தவள், "இந்த துணி எனக்கு வேண்டாம்" என்று கட்டி இருந்த புடவையை கிழித்தெரிந்தாள்.

சாரு புடவையைப் பார்த்து, "இது அழகா இருக்கு எனக்குத் தரையா?" என்று அதைப் பிடித்து இழுத்தாள்.

எல்லாருக்கும் பதட்டமாக நான் மட்டும், "அக்கா அக்கா என்னைப் பாரு. ஏன் இப்படி பேசற எனக்கு பயமா இருக்கு அக்கா" என்று கதறி அழுதேன். ஆனால் அவளுக்கு அங்கே யாரையுமே தெரியவில்லை.

அத்தான் வீட்டிலிருந்தும் எல்லாரும் வந்து சேர்ந்தார்கள். அத்தானின் அம்மா அழுத அழுகை மருத்துவமனையே கழங்கிப் போனது.

மருத்துவர் அத்தான் இறந்துவிட்டதாகச் சொல்லி பாடியைத் தான் கொடுத்தார்கள்.

எல்லாம் முடிந்து யசோதாக்காவை எங்கள் வீட்டிற்குக் கூட்டி வரும் போது அரை உயிராகிப் போனாள்.

இங்கே வந்த யசோதா முதலில் கொடுத்ததைச் சாப்பிட்டுக் கொண்டிருந்தவளை, சாருவும் செண்பகமும் ஒருத்தர் மாத்தி ஒருத்தர் கூடவே இருந்து பார்த்துக் கொண்டார்கள்.

ஆனால் ஒரு மாசம் ஆகிய நிலையில் அவளுடைய ஆக்ரோஷம் கட்டுக்கடங்காமல் சென்றது. அறைக்குள் யாரைப் பார்த்தாலும் அடித்தொண்டை வரை கத்த ஆரம்பித்து, எல்லா சத்தும் வடிந்து பொத்தென்று விழுவாள்.

இதை எல்லாம் பார்க்க முடியாத அம்மா உள்ளே வருவதே இல்லை. அதனால் நானும் கிஷோர் அண்ணாவும், திலீபன் அண்ணாவும் தான் அக்காவுக்கு எல்லாம் பார்த்துப்போம்.

குளிக்க வைக்க எங்க அம்மாவும் சாரு அக்காவும் வருவாங்க, அதைக் கூட நானே செய்துவிடுவேன். எங்க அம்மா மாதிரி இருந்த அக்காவுக்கு செய்யறதுல எனக்குச் சந்தோஷம் தான்.

ஆனா அம்மா நாங்க ரெண்டு பேரும் குளிக்க வெச்சுக்கிறோம்ன்னு சொல்லிட்டாங்க.

யசோ அக்காவுக்கு சாரு அக்காவும் அம்மாவும் வந்தால் இன்னும் அதிகமா சத்தம் போடுவாங்க. அதனாலேயே அவங்க சுத்தமா வருவதில்லை குளிக்க வைப்பதோடு சரி.

இத்தனை வருஷமா எங்க அக்கா கொஞ்சம் கூட மாறாம அப்படியே இருந்-தாங்க, இப்ப தான் நானும் பாக்கறேன் அத்தனை பேர் இருந்தும் அக்கா உன்-கிட்டப் பாதுகாப்பு தேடுறாங்க, இதுவே எனக்குச் சந்தோஷமா இருக்கு.

என்னோட பழைய அக்கா திரும்ப வந்துருவாங்க" என்றான் சித்து சந்தோ-ஷத்தோடு.

"இதில் எங்க அப்பா எப்படி உள்ளே வந்தார்" என்று கேட்டாள். அவளுக்கு யசோதாவின் நிலையை நினைத்துப் பார்க்கவே முடியவில்லை.

அதை விட சித்துவின் மேல் மதிப்பும் மரியாதையும் வந்தது, எவ்வளவு பாசமி-ருந்தால் அக்காவுக்காக எதையும் செய்யறான் என்று நினைத்தவளுக்கு, அவனை நினைத்து பெருமையாக இருந்தது.

"அந்த எதிரில் வந்த கார் உங்க அப்பா தான் மறுபடியும் நான் விசாரித்து வழக்கு போடலாம்னு சொன்னதுக்கு, எங்க வீட்டு ஆளுங்க வழக்கு போட்டால் மட்டும் அக்காவுக்குச் சரியாகிடுமா மாமா திரும்பி வந்துருவாரான்னு சொல்லிட்-டாங்க.

நான் விசாரித்தேன் குடுச்சுட்டு வண்டி ஓட்டி இருக்காங்கன்னு சொன்னாங்க. கண்டிப்பா எங்க மாமா குடிக்க மாட்டார் அது எனக்கு நல்லா தெரியும், உங்க அப்பா தான் குடுச்சுட்டு வண்டி ஓட்டி ஒரு குடும்பத்தையே முடுச்சுட்டார்.

நான் வழக்கு போட்டேன் இழுத்துகிட்டே போச்சு, எங்க வீட்டில் சொல்லலை என பிரெண்ட்ஸும் நானும் உங்க அப்பாவை உள்ளே தள்ளனும்னு எவ்வளவோ முயற்சி பண்ணினோம்.

ஆனால் கோர்ட்டில் அவருக்குக் குடிப்பழக்கமே இல்லைன்னு தீர்ப்பு கொடுத்-தாங்க, உங்க அப்பா பணம் அங்கேயும் விளையாடி இருக்கு.

கோர்ட்டும் அவரை நிரபராதின்னு சொல்லிட்டாங்க இனி எப்படி உங்க அப்-பாவை பழிவாங்குவதுன்னு யோசித்துக் கொண்டிருந்த போது தான், என் நண்பன் உங்க கல்யாண விஷயத்தைச் சொன்னான்.

அப்ப தான் எனக்கு இந்த யோசனை வந்துச்சு அவரோட பொண்ணு தான் எங்க அக்காவைப் பார்த்துக்கனும், அவரால தான் இந்த நிலமையில இருக்காங்க.

அதுக்குப் பிராயச்சித்தமும் அவங்க பொண்ணு தான் தேடனும்னு முடிவு பண்ணினேன். அதுக்குப் பிறகு நடந்தது உனக்கே தெரியுமே" என்று சொல்லி முடித்தான்.

அதைச் சொல்லி முடிக்கும் போது அவன் குரல் உடைந்து கண்ணீர் பெரு-கியது. "எங்க அக்காவும் அத்தானும் மாதிரி ஒரு ஜோடியை நீ பார்த்திருக்கவே

முடியாது, அவ்வளவு அன்பா அந்நியோன்யமா இருப்பாங்க.

ரெண்டு பேரும் என்னை மகன் மாதிரி பார்த்துக்கிட்டாங்க, அதுவும் அக்காவும் அத்தானும் என்னை அவங்க கூடவே வெச்சுக்க ஆசைப்படறதை நான் தூக்கத்-துல கேட்டேன்.

அடுத்த வாரம் வரும் போது இனி அக்கா கூடவே இருந்துக்கறேன்னு சொல்லிட்டு வந்துடனும். ஒரு போதும் அக்காவை அப்பா அம்மாட்ட கேட்கற நிலமையில வைக்க கூடாதுன்னு நின்னைச்சுகிட்டிருந்தேன். கடைசியில இப்படி ஆகும்ன்னு நினைச்சுக் கூட பார்க்கலைடி" என்று அழுதவனைத் தேற்ற முடியா-மல் தவித்தாள்.

இதில் எங்கிருந்து தன் அப்பாவும் குடிக்க மாட்டார் என்ற உண்மையை எடுத்-துச் சொல்வது, அதைப் புரிந்து கொள்ளும் நிலையில் அவன் இல்லை என்பதை உணர்ந்து அவனைத் தேற்ற முற்பட்டாள்.

அவன் தலை கோதி தன் மடி தாங்கியவள், "அக்கா தான் இப்ப குணமாகிட்டு வராங்க நீ கவலைப் படாத, சீக்கிரம் சரியாகி சித்துன்னு உன்னைக் கூப்பிடத் தான் போறாங்க" என்றாள்.

"அவங்களுக்கு நினைவு வந்ததும் எங்கடா உங்க அத்தான்னு கேட்டா என்-னடி பதில் சொல்றது, அந்த வேதனையை அவங்க தாங்கிட்டு இருக்கறதுக்கு எதுவும் தெரியாமல் இப்படியே இருக்கறது கூட நல்லது தான்" என்றான்.

"அப்படி சொல்ல முடியாது சித்து யசோமா இவ்வளவு நாளில் கொஞ்சமாவது நடந்ததை மறந்துட்டு சராசரி வாழ்க்கை வாழ ஆரம்பிச்சிருப்பாங்க.

பெரியவங்க சொன்ன மாதிரி காலம் தான் எல்லா காயத்துக்கும் சிறந்த மருந்து, ஆனால் அம்மா இவ்வளவு நாளா சுயநினைவு இல்லாம இருந்ததால, இப்ப சுயநினைவு வந்தாலும் அப்ப அனுபவிச்ச வேதனையைத் துளி கூட குறை-யாம இப்பவும் இத்தனை வருஷம் கழிச்சும் அனுபவிக்கனும்" என்றாள் வருத்தத்-துடன்.

அவனிடம் இருந்து எந்த பதிலும் வராமல் போகவே, குனிந்து அவனைப் பார்த்தாள். அவன் மேல் சுவரையே வெறித்தபடி படுத்திருந்தான்.

எதுவும் பேசாமல் அவனை வருடிக் கொடுத்துக் கொண்டிருந்தாள், அந்த சுகத்திலும் அசதியிலும் மனதிலிருந்த பாரம் குறைந்ததிலும் அவன் அப்படியே தூங்கிப் போனான்.

அவன் தலையை தலகணைக்கு மாற்றிப் படுக்க வைத்தவள், போர்வையைப் போர்த்தி விட்டுவிட்டு எழுந்து பால்கனிப் பக்கம் சென்றாள்.

பனி அவள் உடலைச் சில்லிட வைத்தது, அதை விடத் தன் அப்பா மேல் விழுந்த பழி அவளை சுட்டெரித்தது.

சித்து சொல்ற மாதிரி எங்க அப்பா குடித்து இருக்க மாட்டார், இதைப் பத்தி நான் அப்பாட்டயோ அண்ணாட்டயோ தான் கேட்டுத் தெரிந்து கொள்ள வேண்டும் என்று முடிவு செய்தவள் படுக்கைக்குச் சென்றாள்.

அடுத்த நாளிலிருந்து யாழ் யசோதாவை அறைக்குள் இருக்க விடாமல் தன் கூடவே வைத்துக் கொண்டாள். அவள் சமையலறையில் இருந்தால் அங்க அவளையும் இருக்க வைத்தாள்.

செண்பகம், சாரு, ரேவதி, சுதா, யார் பேசினாலும் மிரட்சியுடன் பார்த்தாள் யசோதா.

"என்னைக் கூட உனக்குத் தெரியலையா? இதை எல்லாம் பார்க்கனும்னு என் தலைல எழுதியிருக்கு" என்று அடித்துக் கொண்டு அழுத செண்பகத்தை, சாரு தான் சமாதானப் படுத்தினாள்.

"அம்மா நம்ம அக்கா யாழையாவது உணருராங்களே அது வரை சந்தோஷம். இவ்வளவு நாள் அது கூட இல்லாம தானே இருந்தோம். இதையே நல்ல சகுனமா நினைச்சுக்கோங்க சீக்கிரமா பழைய அக்கா நமக்கு கிடைப்பாங்க" என்றாள் நம்பிக்கையுடன்.

அதையே ஆமோதித்த யாழ், "அம்மா இந்த வெங்காயத்தை நாம உரிச்சுக் கொடுக்கலாமா?" என்றாள் யசோதாவிடம்.

அவள் புரியாமல் பார்க்க, அவள் கையில் வெங்காயக் கூடையைக் கொடுத்தாள் யாழ்.

அதை வாங்கியவள் கை தானாகவே வெங்காயத்தை உரிக்க ஆரம்பித்தது. அதைப் பார்த்தும் பார்க்காமலும் மத்த வேலைகளைப் பார்க்க ஆரம்பித்தார்கள்.

அன்று இரவு யாழ் தன் அண்ணனுக்கு போன் பண்ணி பேசியவள், "உங்களை எல்லாம் பார்க்கனும் போல இருக்கு அண்ணா" என்றாள் ஏக்கத்துடன்.

"அண்ணி எப்படி இருக்காங்க, அம்மா, அப்பா என்று வரிசையாக ஒவ்வொருவரையும் கேட்டுக் கொண்டிருந்த தங்கையின் வேதனை புரிந்து, அண்ணன்கள் அடுத்த நாளே அவள் வீட்டுக்கு வந்து விட்டார்கள்.

இதைக் கொஞ்சம் கூட எதிர்பார்க்காதவள், தன் கணவன் என்ன சொல்லப் போறானோ!! அவர்களைக் கேவலமாகப் பேசிவிடுவானோ என்று பயந்து போனாள்.

தன்னால் யாருக்கும் சின்ன முகவருத்தம் கூட வரக்கூடாது என்று நினைத்துக் கொண்டிருந்தவளுக்கு, இந்த சூழ்நிலையை எப்படி கையாள்வது என்று தெரியவில்லை.

முகத்தைச் சீராக வைத்துக் கொண்டு ஓடிப்போய், "அப்பா" என்று அணைத்துக் கொண்டாள்.

அவரும் மகளைப் பார்த்து எத்தனை நாள் ஆச்சு என்ற ஏக்கத்தில் இருந்தவருக்கு, ஆரத்தழுவி உச்சி முகர்ந்து, "பப்பிமா எப்படிடா இருக்க" என்றார்.

அதைக் கேட்பதற்குள் அவர் கண் கலங்கி விட்டது.

இதைப் பார்த்துக் கொண்டிருந்த கிஷோரும் திலீபும், "இது தான் உன் மாமனாராடா?" என்றார்கள்.

அவர்களை முறைத்தவன், திரும்பி தன் மாமனாரை நோட்டமிட ஆரம்பித்தான்.

அவளுடைய அம்மா, "ஏண்டி உனக்கு இந்த தலைவிதி பெத்த அம்மா அப்பாட்ட இருந்து விலகி இருக்கனுமா?" என்று கதறி அழுதாள்.

அவளுடைய அண்ணிகள் இருவரும், "அத்தை இப்படி பேசாதீங்க தேவையில்லாமல் எதைப் பேசினாலும் பாதிப்பு நம்ம பப்பிக்குத் தான்" என்றார்கள்.

தன் மகன் அவர்களை வரவேற்பான் என்று எதிர்பார்த்துக் கொண்டிருந்த செண்பகம், அவன் கூப்பிடாமல் போகவே முகம் சுழித்துக் கொண்டு அவரே சென்று அவர்களை வரவேற்றார்.

"சம்பந்தி ஏன் வெளியில நின்று பேசறீங்க இது உங்க பொண்ணோட வீடு, உங்களுக்கு இல்லாத உரிமையா? வாங்கத் தம்பி நீங்களும் வாங்க"என்று எல்லாரையும் வரவேற்றார்.

யாழ் மாமியாரை நன்றியுடன் பார்த்துக் கொண்டிருந்தாள்.

பிரகாஷ் மருமகனைப் பார்த்துக் கொண்டே உள்ளே வந்தார். அவனும் அவரையே பார்த்துக் கொண்டிருந்தான்.

அதுவும் அவன் மனைவி அப்பா மேல வாகாகச் சாய்ந்து கொண்டிருந்தவளைப் பார்த்தவனுக்கு, ஒரு நாளாவது என்னிடம் இப்படி நடந்து கொண்டிருப்பாளா?

அப்பாவைப் பார்த்ததும் பாசம் பொங்குது. இப்ப எதுக்கு வந்தாராம் எந்த தைரியத்தில் வந்திருக்கார், என்று பலவாறு எண்ணிக் கொண்டிருந்தான்.

அப்போது உள்ளே வந்த கருணாகரன், மருமகள் சாய்ந்திருந்த தோரணையைப் பார்த்ததுமே அவளுடைய அப்பா என்பதைப் புரிந்து கொண்டவர், "வாங்கச் சம்பந்தி" என்று வரவேற்றவர்.

அவரையும் சோபாவில் அமரச் சொல்லி விட்டு தானும் அமர்ந்து கொண்டு, மகன்களைப் பார்த்துக் கடிந்து கொண்டார்.

"ஏண்டா வீட்டுக்கு வந்த பெரிய மனுஷங்களை வரவேற்க மாட்டீங்களா? அவன் தான் ஏருக்கு மாறாச் செய்வான்னா உங்க ரெண்டு பேருக்கும் என்னடா வந்துச்சு" என்று தன் மற்ற இரு மகன்களையும் திட்டினார்.

"அது வந்து அப்பா தம்பி தான்" என்று எதுவோ சொல்ல வந்து நிறுத்திக் கொண்டார்கள்.

இந்த பேச்செல்லாம் நடந்து கொண்டிருக்கும் போது கூட, சித்துவின் விழிகளும் பிரகாஷின் விழிகளும் அகலவே இல்லை.

இரண்டு பேருமே அழுத்தமான பார்வையோடு பார்த்துக் கொண்டிருந்தார்கள்.

11

அத்தியாயம் 11

சாரு பெண்களுக்கெல்லாம் கீழே பாய் போட்டு அமரச் சொல்லி விட்டு அவர்களோடு அமர்ந்து கொண்டாள்.

செண்பகம், "சுதா எல்லாருக்கும் காபி போடுமா" என்று சொல்லி விட்டு அவரும் அமர்ந்து பேசிக் கொண்டிருந்தார்.

சித்துவோ மாமனாரையை பார்த்துக் கொண்டிருந்தவன், "இன்னும் யாராவது பாக்கி இருக்காங்களா?" என்றான் அழுத்தமான குரலில்.

புரிந்தாலும் புரியாதவர் போல, "நீங்க என்ன சொல்றீங்கன்னு புரியலையே மாப்பிள்ளை" என்று சொன்னார் பிரகாஷ்.

"உங்களுக்கா புரியாது இப்ப எதுக்காக இங்க வந்திருக்கீங்க, இந்த வீட்டு வாசப்படியை மிதிக்கும் தைரியத்தை யார் உங்களுக்குக் கொடுத்தது" என்றான்.

பிரகாஷ் வாயைத் திறக்கும் முன் யாழ் கண்ணிலிருந்து கண்ணீர் பொலபொலவென்று உதிர்ந்தது.

அதைப் பார்த்துக் கோபப்பட்ட சித்து, "இப்ப நீ எதுக்குடி டேமைத் திறந்து விடற, இந்தத் தண்ணி எல்லாம் உங்க அப்பாவை அடுச்சுட்டுப் போகாது.

இது உங்க அப்பாவுக்கும் எனக்கும் இருக்கிற பிரச்சனை நீ கொஞ்சம் அழாம இருக்கியா?" என்றான் கோபத்துடன்.

"சித்து பிளீஸ் பொறுமையா பேசு அவர் எங்க அப்பா என்பது ஞாபகம் இருக்கட்டும்" என்றாள்.

"உனக்கு நான் புருஷனாகறக்கு முன்னாடியே உங்க அப்பா எனக்கு எதிரி ஆயிட்டார், ஞாபகம் இருக்கட்டும்" என்றான் மனைவியிடம்.

"எங்க அப்பா ஒன்றும் எதிரி இல்லை நீதான் தப்பா புருஞ்சுகிட்டு எங்கப்பா மேல பழியப் போடற, பாவம்டா அவரு வயசான காலத்துல கொஞ்சம் நிம்மதியா இருக்க விடு" என்று கெஞ்சினாள்.

மனைவி இத்தனை பேர் முன்பு டா என்று அழைத்ததில் வெக்கம் வந்தாலும் அதை மறைத்துக் கொண்டு, "இப்ப என்னடி பண்ணனும்ங்கற உங்க அப்பாவுக்கு வெத்தலை பாக்கு வெச்சு மாலை மரியாதை செய்யனுங்கறையா?" என்றான்.

மருமகனின் பேச்சு மகளிடம் நெருக்கத்துடன் உறவாடியதை அத்தனை வருஷம் தாம்பத்தியம் வாழ்க்கை வாழ்ந்திருந்தவருக்குப் புரியாமல் போகுமா?

மனசு நிறைந்து போனது. என் கணிப்புத் தப்பாகவில்லை என்று நினைத்துக் கொண்டு, மருமகனின் பேச்சில் கவனத்தை வைத்தார்.

"அதை எல்லாம் எங்க அப்பா எதிர்பார்க்க மாட்டார். அவருக்கு மருமகன் தான் ஏடாகூடம். மருமகள்கள் இரண்டும் தங்கம் தினமும் வெத்தலை பாக்கு வெச்சு மரியாதை செய்யச் சொன்னாலும் தவறாமல் செய்வாங்க" என்றாள் வெடுக்கென்று.

"நான் ஏடாகூடமா என்னடி பண்ணினேன். அப்படிப் பண்றவனா இருந்தா உங்க அப்பா இந்த வீட்டு வாசப்படியை மிதிச்சிருக்க முடியுமா" என்றான் மனைவியை முறைத்துக் கொண்டே.

"எங்க அப்பா என்னைப் பார்க்க வந்திருக்கார் நீ எதுவும் அவரைப் பேசிடாதே" என்றாள் அவள் கண்கள் கணவனிடம் கெஞ்சிக் கொண்டிருந்தது.

மனைவியின் முகத்திலிருந்த வேதனை அவனைப் பேச விடாமல் தடுத்தது, ஆழ்ந்த மூச்சை இழுத்து விட்டுக் கொண்டான்.

"பப்பிமா மாப்பிள்ளை பேசட்டும் இந்தப் பிரச்சினை பேசாமல் தீராது. இனிமேலும் இதை வளர்க்க எனக்கும் விருப்பமில்லை. எனக்கு என் மகளும் மருமகனும் வேணும்" என்றார் மருமகனை அழுத்தமாகப் பார்த்துக் கொண்டு.

"அது இந்த ஜென்மத்தில் நடக்காது நான் எதையும் மறக்கவும் மாட்டேன் மன்னிக்கவும் மாட்டேன்" என்றான்.

"நீங்க எதுக்கு என்னை மன்னிக்கனும், எதை மறக்கனும். நான் எந்த தவறும் செய்யவில்லை தவறு முழுவதும் உங்க சைடு தான். அப்படி இருந்தும் இத்தனை வருஷமா இதையே பிடுச்சு தொங்கிட்டு இருக்கீங்க.

அப்ப தான் விடலைப் பையன் விவரம் புரியாதுன்னு விட்டால் இப்பவும் அப்படியேவா, கொஞ்சம் கூட யோசிக்கமாட்டீங்களா?" என்றார் பிரகாஷ்.

"சம்பந்தி நீங்க எதைப் பத்தி பேசறீங்கன்னு தெருஞ்சுக்கலாமா? என் மகனுக்கும் உங்களுக்கும் என்ன பிரச்சனை" என்றார் கருணாகரன்.

கிஷோர் திலீபன் முதல் கொண்டு குழப்பத்துடன் அவரையே பார்த்துக் கொண்டிருந்தார்கள்.

"சம்பந்தி நான் பிறந்ததிலிருந்து இது வரை குடிச்சதே இல்லை இது நான் உயிரா நினைக்கும் என் பப்பிமா மேல சத்தியம்" என்று மகள் தலையில் கைவைத்து சத்தியம் செய்ததும், அந்த குடும்பமே பதறியது. "எதுக்கு சத்தியமெல்-

லாம்" என்றார்கள்.

சித்து ஒரு நிமிஷம் திகைத்துப் போனான். மகள் மேல் சத்தியம் செய்யராரே இவர் சொல்வது உண்மையா இருக்குமோ என்ற ஒரு சின்ன விதை அவன் மனசில் விழுந்தது.

"சம்பந்தி உங்க மூத்த பொண்ணு கார் ஆக்ஸிடெண்டானது என்னோட கார்ல தான். தப்பு முழுவதும் உங்க மாப்பிள்ளை மேல தான். அவர் தான் என்னோட கார்ல கொண்டு வந்து இடிச்சது இப்ப உங்க மாப்பிள்ளை உயிரோட இல்லை.

உங்க பொண்ணும் நடந்ததைச் சொல்ல முடியாத நிலையில இருக்காங்க, இதை எப்படி நிரூபிக்கறதுன்னு எனக்குத் தெரியலை.

டாக்டர் செக் பண்ணி உங்க மருமகன் குடிச்சிருக்கார்ன்னு சொல்றாங்க, உங்க மகன் அவங்க பொய் சொல்றாங்க நான் தான் குடிச்சிருக்கேன்னு சொல்லி வழக்கு நடத்தினார்.

கோர்ட் தீர்ப்பும் என் பக்க நியாத்தை எடுத்துச் சொல்லி என்னை நிரபராதின்னு சொல்லிட்டாங்க, உங்க மகன் மட்டும் குற்றவாளின்னு சொல்லிட்டு இருக்கார்.

என் பொண்ணு கல்யாணத்துல தாலி கட்ற நேரத்தில் என் தங்கச்சி பையன் கட்ட வேண்டிய தாலியை பிடுங்கி இவர் என் பொண்ணு கழுத்தில் கட்டி விட்டார்" என்றார்.

எல்லாரும் அதிர்ந்து போனார்கள். "டேய் நான் அப்பவே வழக்கு போட வேண்டாம்ன்னு சொன்னேன்ல அப்பறம் எதுக்குப் போட்ட.

அதையும் இத்தனை வருஷம் நடத்தி தீர்ப்பு அவங்க பக்கம் போனதும் கூட நீ அடங்கலையா? அவரோட பொண்ணுக்கு எவ்வளவு ஆசையா கல்யாணம் வெச்சிருப்பாரு, அதைப் போய் இப்படி பண்ணிட்டு வந்திருக்க.

அவர் தான் என் மேல தப்பில்லைன்னு சொல்றாரே டா, உங்க மாமா மேல கூடத் தப்பிருக்கலாம் பாவம்டா அந்த மனுஷன். இத்தனைக்குப் பிறகும் உன் கூட அவர் பொண்ணை அனுப்பியிருக்கார் பார், நானா இருந்தால் சத்தியமா அனுப்ப மாட்டேன்" என்றார் கோபத்துடன் கருணாகரன்.

கிஷோரும் திலீபனும் தம்பியை முறைத்து விட்டு, தம்பி சார்பா நாங்க மன்னிப்பு கேட்கிறோம் மாமா, அவனுக்குக் கொஞ்சம் பிடிவாதம் ஜாஸ்த்தி அதையும் எங்க அக்கா வளர்த்து விட்டது தான்.

இவன் இப்படி ஆனதுக்கு காரணமே அவங்க கொடுத்த செல்லம் தான்" என்றான் கிஷோர்.

சித்து கோபத்தில், "உங்களுக்குத் தான் அக்கா மேல பாசம் இல்லைனா எனக்கும் அப்படி இருக்கும்ன்னு நினைச்சீங்களா?

அந்த ஆக்ஸிடெண்டை நேரில் பார்த்தவன் நான், அதுவரை மாமாவும் அக்-காவும் என்னை அவங்க பிள்ளை ஆக்கிகனும்னு பேசிட்டு வந்தாங்க. அதைக் கேட்டுகிட்டு அக்கா மடியில படுத்திருந்தேன், அப்படியே கண்ணசந்துட்டேன் எழுந்து பார்த்தால் அதுவரை பேசிய மாமா இல்லை.

அதை என்னால எப்படித் தாங்கிக்க முடியும், என்னை அவர் மகன் போல பார்த்துக்கிட்டார் எல்லாம் இவரால தான்" என்று கொதித்தெழுந்து நின்றான்.

"டேய் தம்பி அவர் பக்கமும் ஞாயம் இருக்கலாம் தானே, அதை ஏன் புருஞ்-சுக்க மாட்டேங்கற எங்களுக்கும் அக்கா மேல பாசம் இருக்கு, அதுக்காக இப்படி கண்ணை மூடிட்டு ஒருத்தர் மேல பழி சொல்ல மாட்டோம்" என்றான்.

"இந்தப் பிடிவாதக்காரனோட எப்படித் தான் பொண்ணை அனுப்பினீங்களோ" என்று சலித்துக் கொண்டார் கருணாகரன்.

"இத்தனை வருஷம் ஆகியும் அக்காவுக்காக போராடுறாரே, இந்த ஒரு குணத்துக்காகத் தான் என் பொண்ணை அவரோடு அனுப்பினேன்.

அந்த வயசில் எல்லாரும் ஜாலியா திரியும் போது, என் மாப்பிள்ளை மட்டும் கோர்ட் கேஷ்னு அலைஞ்சார்.

அதில் தோல்வியடைந்தும் கூட, என் பொண்ணு எப்படி இருப்பா கருப்பா சிவப்பா எதுவுமே தெரியாம, அக்காவுக்காக மட்டுமே அவள் முகத்தைக் கூடப் பார்க்காம தாலி கட்டினார்.

எந்தப் பையனும் அக்காவுக்காக அதுவும் மனநிலை சரியில்லாத அக்காவுக்-காக, தன் வாழ்க்கையையே பணையம் வைக்க மாட்டான். ஆனால் என் மாப்-பிள்ளை தன் வாழ்க்கையையே பணையம் வெச்சார்.

அந்த ஒரு குணம் போதும் அவருக்கு நான் பொண்ணு கொடுக்க, அவருக்குக் கோபம் என் மேல தான். நான் கண்ணெதிரில் இருந்தால் தான் என் பொண்ணைக் கொடுமை பண்ணுவார் அதுவும் எனக்காக.

ஆனா நான் கிட்ட இல்லைனா என் பொண்ணு கூட சந்தோஷமாகத்தான் வாழ்வார். அந்த நம்பிக்கை எனக்கு இருந்துச்சு" என்றார் மருமகனைப் பெருமை பொங்கப் பார்த்துக் கொண்டே.

"அப்பா நானும் இதையே தான் நினைச்சேன் இந்தக் காரணுத்துக்காகத் தான் நீங்க என்னை இவரோடு அனுப்பியிருப்பீங்கன்னு" என்று அழுது கொண்டே அவர் தோளில் சாய்ந்து கொண்டாள் யாழ்.

சித்து அவரோட பேச்சில் கொஞ்சம் தடுமாறிப் போனான். அடுத்து என்ன பேசுவது என்று புரியாமல் அப்படியே சோபாவில் தளர்ந்து போய் அமர்ந்து விட்-டான்.

செண்பகமும் சாருவும், "சித்து அவர் சொல்றது உண்மையா இருக்கும்ன்னு தான் எனக்கும் தோணுது" என்றார்கள்.

எல்லாரையும் பார்த்தானே தவிர எந்த பதிலும் அவனால் சொல்ல முடியவில்லை.

சித்து தளர்ந்து போய் அமர்ந்ததைப் பார்த்த யாழ்நிலாவுக்கு, மனசில் சுருக்கென்று ஒரு வலி வந்ததைப் போல உணர்ந்தாள்.

அவனின் அந்த கோலம் அவளை மிகவும் பாதித்தது. அப்பாவை விட்டு அவன் அருகில் போய் அமர்ந்து கொண்டவள் அவன் கையைப் பிடித்துக் கொண்டு.

"சித்து அப்பா சொல்வதையோ இங்கே யார் சொல்வதையோ கேட்க வேண்டாம், உனக்கு என்ன தோனுதோ அதைச் செய் நான் உன் கூட இருப்பேன்.

ஆனால் இதுக்கு மேலையாவது நீ சந்தோஷமா இருக்கனும், போதும் உங்க அக்காவை நினைச்சு இவ்வளவு வருஷம் உன் வாழ்க்கையையே வாழாம போயிட்ட,

அவரோட சொந்தப் பையனாவே இருந்தாலும் இந்தளவுக்குப் பார்த்திருக்க மாட்டான், இனியாவது உனக்காக வாழப்பாரு.

உன் அப்பா அம்மாவிடம் இத்தனை வருஷமா இந்த விஷயத்தை மறைச்சிருக்க, அவங்களுக்கு இது அதிர்ச்சியா இருந்தாலும் எந்த விதப் பாதிப்பும் இருக்கப் போவதில்லை.

இப்படி ஒரு விஷயத்தை என்கிட்ட மறைசிருந்தீன்னா அது நம்ம வாழ்க்கைய எவ்வளவு பாதிக்கும் தெரியுமா?

புருஷனும் பொண்டாட்டியும் பொய்யிலையும் ஒளிவுமறைவிலையும் வாழ்க்கை நடத்த முடியாது. அவங்களுக்குள்ள எந்த ரகசியமும் இருக்க கூடாதுன்னு நினைக்கறவ நான். எனக்குத் தெரியாம நீ என்ன செய்தாலும் என் காதுக்கு அந்த விஷயம் வரும்போது சத்தியமா என்னால தாங்க முடியாது" என்று சொல்லிவிட்டு அவன் முகம் பார்த்தாள்.

அவளைத் தன் தோளோடு சாய்த்துக் கொண்டவன், "உன்கிட்ட நான் எதையும் மறைக்கலடி" என்றான்.

இதுக்கு மேல இந்த விஷயத்தைப் பேசிட்டிருந்தா யாழ் தான் அதிகம் பாதிக்கப்படுவா என்பதை உணர்ந்தவர்கள் அமைதியானார்கள்.

"சாரு, ரேவதி, வாங்க நாம போய் சமைக்கலாம் நேரமாயிருச்சு எல்லாரும் பசியோடு இருப்பாங்க" என்று அங்கிருந்து எழுந்தாள் செண்பகம்.

"நாங்களும் உதவி செய்யறோம்" என்று சித்ராவும் அபிநயாவும் எழுந்தவர்கள், "வாங்க அத்தை" என்று மாமியாரையும் அழைத்துக் கொண்டு சென்றார்கள்.

"பப்பிமா மாப்பிள்ளையைக் கூட்டிட்டு ரூமுக்குப் போரையா நாங்க பெரியவங்க கொஞ்ச நேரம் பேசிட்டு இருப்போம்" என்றார் பிரகாஷ்.

தெளிவில்லாமல் இருக்கும் மாப்பிள்ளை கொஞ்ச நேரம் தனிமையில் யோசித்தால் சரியாகிடும் என்று நினைத்துச் சொன்னார்.

கருணாகரன் அதை ஆமோதிப்பது போல், "அவனைக் கூட்டிட்டு போமா" என்றார்.

அவர்கள் இருவரும் சென்றதும் கருணாகரனும் பிரகாஷும் பேசிக் கொண்டிருக்க கிஷோர், "வாங்க நாம எஸ்டேட்டை சுத்திப் பார்த்துட்டு வருவோம்" என்று விமலையும் வருணையும் அழைத்துக் கொண்டு சென்றான் கூடவே திலீபனும் சென்றான்.

அறைக்குள் வந்தவனுக்கு மாமனார் பேச்சும் அப்பா பேச்சும் காதில் ஒலித்துக் கொண்டே இருந்தது.

அதைவிட மனைவியின் அழுத முகம் அவனை அலைகலைத்தது, பாவம் என்னால அவளுக்கும் கஷ்டம் அவங்க அப்பா சொல்ற மாதிரி அவர் மேல் தவறு இல்லைனா, நான் இதுவரை அவரை எப்படி எல்லாம் கஷ்டப்படுத்தினேன் அதுக்கெல்லாம் என்ன பிராயச்சித்தம் செய்யப் போறேன்.

எங்க மாமா குடிப்பாரா நம்பவும் முடியவில்லை, மனைவி மேல் மாமனார் வைத்த சத்தியத்தை நம்பாமல் இருக்கவும் முடியவில்லை.

அவன் அருகில் போய், "சித்து" என்று அழைத்ததும் அவன் நிமிர்ந்து பார்த்தான்.

அவன் கண்ணில் வேதனை நிரம்பி இருந்தது. அவன் தலையை வருடிக் கொடுக்கவும், அவன் கை அவளுடைய இடுப்பைச் சுற்றிக் கொண்டது.

அவனுடைய முகம் அவளுடைய ஆழிலை வயிற்றில் அழுந்தப் பதிந்திருந்தது.

கணவனின் தேவையறிந்தவள் அவனை விட்டு விலகாமல் அவனோடு ஒன்றிப் போனாள். அவனும் பேசும் நிலையில் இல்லை அவளும் எதையும் கேட்கும் நிலையில் இல்லை.

இப்ப தான் கொஞ்சம் யோசிக்கிறான் நாம எதாவது சொல்லி மறுபடியும் வேதாளம் முருங்கை மரம் ஏறிருச்சுனா என்ன பண்றது என்ற பயம் வேறு.

கொஞ்ச நேரம் கழித்து அவனை விட்டு விலகிப் போய் முகம் கழுவிக் கொண்டு வந்தாள்.

"சித்து கீழே போகலாமா? எல்லாரும் அங்க இருக்கும் போது நாம இப்படித் தனியா இருக்கறது என்னவோ போல இருக்கு" என்றாள்.

"நீ போ நான் கொஞ்ச நேரம் கழிச்சு வரேன்" என்றான்.

"நீயும் என் கூடவே வா எனக்காக வா எங்க அப்பா இங்கிருந்து போகும் போது சந்தோஷமா போகனும், நான் இங்கே என்ன கஷ்டப்பட்டாலும் பரவாயில்லை" என்றாள் கலங்கிய கண்களுடன்.

அதற்கு மேல் எதுவும் பேசாமல் எழுந்து முகம் கழுவி வேறு உடை மாற்றிக் கொண்டு மனைவியோடு கீழே வந்தான்.

அப்போது தான் சாப்பிட எடுத்து வைத்துக் கொண்டிருந்தார்கள். "இருங்க நான் போய் யசோமாவை அழைத்து வரேன்" என்று கணவனிடம் சொல்லிவிட்டுச் சென்றவள் கையைப் பிடித்தவன்,

"வேண்டாம் எல்லாரும் சந்தோஷமான மனநிலையில் இருக்காங்க, இப்ப அக்கா வந்தா எல்லாருக்கும் தர்ம சங்கடம். நீ போய் வேலையைப் பாரு" என்று சொல்லி விட்டுத் தன் அண்ணனுடன் சென்று அமர்ந்து கொண்டான் சித்து.

யாழ் தன் அண்ணிகளுடன் கலகலப்பாக பேசிக்கொண்டு, இந்த வீட்டு மரும-கள்களுக்குப் பரிமாறத் தேவையானதை எடுத்துக் கொடுத்துக் கொண்டிருந்தாள்.

ஆண்கள் அனைவருக்கும் சாப்பாடு போட்ட பின் பெண்கள் அனைவரும் சாப்பிட்டு முடித்தார்கள்.

அவர்கள் கிளம்பும் போது பிரகாஷும் வசந்தியும் சித்துவிடம் வந்து, "மாப்-பிள்ளை நீங்களும் பப்பிமாவும் வீட்டுக்கு வரனும்,

எங்களுக்கு இருக்கறது ஒரே பொண்ணு அவளை கைக்குள்ள வெச்சு வளர்த்-திட்டோம், ரொம்ப நாள் பார்க்காமல் இருந்தால் அவ ஞாபகமாகவே இருக்கு" என்றார்கள்.

சரி என்பதைப் போலத் தலையாட்டினான். விமலும் வருணும், "மச்சான் சீக்-கிரமா தங்கச்சியோடு வீட்டுக்கு வாங்க" என்று சொன்னவர்கள், "எல்லாருமே வரனும்" என்று அனைவரிடமும் சொன்னார்கள்.

அனைவரிடமும் சொல்லி விட்டு விடை பெற்றவர்களை யாழ் வாசலுக்குச் சென்று வழியனுப்பி வைத்தாள்.

அவள் தலையை வருடிக் கொடுத்து நெத்தியில் முத்தமிட்டு தன் மகளிடமி-ருந்து விடை பெற்றாள் வசந்தி. அண்ணிகள் இரண்டு பேரும், "பப்பிமா சீக்கிரமா அண்ணாவோடு நம்ம வீட்டுக்கு வந்து சேர்" என்றார்கள்.

அப்போது தான் ஞாபகம் வந்தவளாக, "அண்ணி அப்பாவை எப்படி நடத்து-வாரோங்கற பயத்தில் நம்ம வீட்டுச் செல்லக் குட்டிகளைப் பத்தி கேட்க்காம விட்-டுடேன். அவங்க எங்கே?" என்றாள்.

"வீட்ல விட்டுட்டு வந்திருக்கோம் ஆயாம்மா பார்த்துப்பாங்க, நாங்களும் இங்கே எப்படி இருக்குமோன்னு தான் வந்தோம் கடவுள் புண்ணியத்தில் பரவா-யில்லை.

அண்ணா இன்னும் குழப்பத்தில் தான் இருக்காரு" என்றாள் சித்ரா.

"அதெல்லாம் என் தங்கச்சி சரிபண்ணிருவா அந்தக் கவலையே வேண்டாம்" என்று சந்தோஷத்துடன் சொன்ன விமல், "பப்பிமா நாங்க கிளம்பட்டுமா? எதா-வதுன்னா உடனே போன் பண்ணு இந்த அண்ணன் வந்து நிற்பான் சரியா?"

என்றான்.

"சரிங்க அண்ணா" என்றாள். அனைவரும் கிளம்பினார்கள் யாழ் அவர்களை அனுப்பி விட்டு உள்ளே சென்றாள்.

12

அத்தியாயம் 12

வீட்டிற்குள் நுழைந்த யாழை எல்லாரும் சூழ்ந்து கொண்டார்கள். "யாழ் உனக்கு இந்த விஷயம் முன்பே தெரியுமா?" என்று கேட்டார்கள்.

கணவன் இருக்கிறானா என்று அடிக்கண்ணால் பார்த்தாள், ஆண்கள் யாரும் அங்கே இல்லை என்பதை அறிந்தவளுக்கு நிம்மதியாக இருந்தது.

"அக்கா எனக்கும் நேற்று இரவு தான் தெரியும், அதுவரை இந்த விஷயத்தைப் பத்தி எங்க அப்பாவும் சொல்லலை சித்துவும் சொல்லலை" என்றாள்.

"என்னமோ போ இனிமேலாவது நீங்க ரெண்டு பேரும் சந்தோஷமா இருந்தால் சரி" என்று சொல்லி விட்டுச் சென்றார்கள்.

யாழ் தங்கள் அறைக்குச் சென்றாள், அறையில் கணவனைக் காணாமல் பால்கனிப் பக்கம் கண்களைச் சுழல விட்டாள்.

அங்கே ஒரு இருக்கையில் அமர்ந்து பச்சை பசேல் என்று இருக்கும் எஸ்டேட்டைப் பார்த்துக் கொண்டிருந்தான்.

இவ்வளவு நாளாக தெளிவாக இவர் தான் எங்க மாமா சாவுக்குக் காரணம், எங்க அக்கா இப்படியானதுக்கு காரணம் என்று தீர்மானமாக இருந்தவனுக்கு, இப்போது புதுக் குழப்பம் வந்திருந்தது.

எதைச் சொல்லி இருந்தாலும் நம்பி இருக்கமாட்டான். ஆனால் தன் மனைவி மேல் மாமனார் சத்தியம் செய்ததை அவனால் நம்பாமல் இருக்க முடியவில்லை.

தன் பொண்ணு மேல பாசத்தைப் பொழிபவர் பொண்ணு மேல சத்தியம் செய்வாரா? என்ற கேள்வி அவன் மனதை வண்டாக குடைந்து கொண்டிருந்தது.

"என்ன சித்து இங்க வந்து உட்கார்ந்துட்டீங்க" என்று இயல்பு போல அவன் பின்னே இருந்து கழுத்தைக் கட்டிக் கொண்டாள்.

அவளாக வந்து முதல் முதலில் தன்னை அணைத்திருப்பது அவனுக்கு உடலைச் சில்லிட வைத்திருந்தது.

அத்தனை மனக்குழப்பமும் அவள் அணைத்த வினாடி உள்ளே சென்று பதுங்கி விட்டது.

மனைவியை அன்னார்ந்து பார்த்தவன், அவள் கைகளை எடுக்க முடியாமல் பிடித்துக் கொண்டான்.

அவன் நெற்றியில் முத்தமிட்டவள், தன் முகத்தை அவன் தலைமேல் வைத்து அழுத்தி, "தேங்ஸ்" சித்து என்றாள்.

"எதுக்கு" என்றான்.

"எங்க அப்பாவைப் புரிந்து கொள்ள முயற்சி பண்ணியதற்கு இதற்கான தெளிவு உனக்கே சீக்கிரமா கிடைக்கும்" என்றாள்.

"அப்படிக் கிடைத்தால் எவ்வளவு நல்லாருக்கும் இந்த மாதிரி உண்மை தெரி-யாம குழப்பத்திலே இருப்பது கொடுமையா இருக்குடி" என்றான்.

"எல்லாம் சரியாகும்" என்றவள், அவனிடம் இருந்து கையைப் பிரிக்க, கையை விட்டவன் அவளை அப்படியே முன்பக்கமாக இழுத்து தன் மடியில் அமர்த்திக் கொண்டான்.

அவன் மடியில் அமர்ந்தவளுக்கு உடம்பெல்லாம் உதறல் எடுக்க அவனிடம் இருந்து விடுபட முயன்றாள்.

"ஏய் எதுவும் செய்ய மாட்டேன் சும்மா தான் கொஞ்ச நேரம் இப்படியே உட்-காறேன்" என்றான்.

என்ன கொஞ்ச நேரமா இதுக்கே எனக்கு மூச்சு முட்டுது, உடம்பெல்லாம் என்னென்னமோ செய்யுது என்னை விடுடா முதல்ல என்று மனசுக்குள் அவனைத் தாளித்துக் கொண்டிருந்தாள்.

அவளை அப்படியே தூக்கிக் கொண்டு அறைக்குச் சென்று கட்டிலில் படுக்க வைத்தான்.

அவன் பார்வை அழுத்தமாக அவள் உடலை ஊடுருவ, அவளுக்கு முகத்தி-லிருந்த மொத்த நரம்பும் சூடேரி சிவந்து போய்விட்டது.

தலை தானாக தரையை நோக்கிச் சென்றது. அவளது செவ்விதழில் தன் பார்-வையைப் பதித்தவன், பின் தன் இதழைக் கொண்டு அதற்கு மோட்சம் தந்தான்.

இதழ் முத்தத்தில் திளைத்திருந்தவர்களை, அவன் கை அவள் உடலில் ஊர்-வலம் போக, அந்தக் கரங்களைத் தன் கரங்கள் கொண்டு தடுத்துப் பார்த்தாள்.

அந்த வலிமையான கரங்களுக்கு முன்னால் தன் வெண்டை விரல் கரங்கள் எவ்வளவு நேரம் தாக்குப் பிடிக்கும், ஈசியாக அவள் கையை ஒதுக்கி விட்டு தன்-கரங்களால் அவள் உடலைச் சிவக்கச் செய்தான்.

அவளுக்குத் தொண்டை எல்லாம் வறண்டு போய் பேச்சே வராமல் அவனின் சேட்டையில் தன்னை தொலைத்திருந்தாள்.

அவனுக்கும் பொங்கி வரும் தாபத்தை எதைக் கொண்டு அணைப்பது என்று புரியாமல், அவளிடம் தன் தாகத்தைத் தீர்த்துக் கொள்ளப் பார்த்தவனுக்கு ஏனோ ஒரு தயக்கம் இருந்து கொண்டே இருந்தது. அவளிடம் முழுசாக ஒன்ற முடியவில்லை அவனால்.

அதற்கு மேல் அவன் அவளிடமிருந்து விலகினான். ஏன் என்பதைப் போல் அவனைப் பார்த்தாள் யாழ்.

"தெரியலைடி ஏதோ ஒன்னு உன்கிட்ட என்னை நெருங்க விடலை" என்றான் தயக்கத்துடன்.

சரி என்பது போல் தலையாட்டி விட்டுத் திரும்பிப் படுத்துக் கொண்டாள், அதற்கு மேல் அவனிடம் பேச வெக்கம் தடுத்தது.

அவனும் அமைதியாக மோட்டு வலையை வெறித்துக் கொண்டு படுத்திருந்தான்.

இப்படியே தாமரை இலைத் தண்ணீர் போல ஒட்டியும் ஒட்டாமலும் அவர்கள் வாழ்க்கை ஓடிக் கொண்டிருந்தது.

கடவுளுக்கே அவர்களின் இந்த நிலைமையைப் பார்த்து பரிதாபம் வந்ததோ என்னவோ, அவர்கள் வாழ்க்கையை அடுத்த கட்டத்திற்கு நகர்த்திச் செல்லத் தீர்மானித்தார்.

அந்த வாரத்தில் ஒரு நாள் சித்து அவனோட நண்பன் கல்யாணத்துக்குப் போக மனைவியை ரெடியாகச் சொல்லி இருந்தான்.

அவளும் யசோதாவை தன் அறையில் அமரவைத்துக் கொண்டு குளித்து ரெடியானாள்.

அப்போது வந்த சுதா, "யாழ் இந்தா அத்தை பூ கொடுத்து விட்டாங்க" என்று மல்லிகப் பூவை கொடுத்து விட்டுப் போக, அதைக் கொண்டு வந்து டேபில் மேல் வைத்து விட்டுத் தலைவாரிக் கொண்டிருந்தாள்.

யசோதா அந்தப் பூவையே வெறித்துப் பார்த்துக் கொண்டிருந்தவள், மெதுவாக எழுந்து அந்தப் பூவுக்கு அருகில் சென்று கொஞ்ச நேரம் பார்த்துக் கொண்டிருந்தாள்.

பின் அந்தப் பூவை எடுத்து தன் முகத்தில் வைத்து அழுத்திக் கொண்டு ஓ என்று கதறி அழ ஆரம்பித்தாள்.

யாழ் பதறிப்போய், "அம்மா அம்மா என்னாச்சு?" என்று கத்தினாள். கல்யாணத்திற்குப் போக வந்த சித்து பதற்றத்துடன் ஓடிவந்து, "என்னாச்சு நிலா" என்று கேட்டுக் கொண்டே அக்காவைப் போய் உலுக்கினான்.

அவனைப் பார்த்ததும், "சித்துதூதூதூ இந்தப் பூவைப் பாரு எனக்கு இந்தப்பூ எவ்வளவு பிடிக்கும், இனி நான் இதை வைக்க முடியாதே டா உங்க அத்தான் ஏன்டா என்னை விட்டுட்டுப் போனாரு.

அப்படி என்னடா அவசரம் இங்க நான் ஒருத்தி அவரையே நினைச்சுகிட்டு இருப்பேன்னு அவருக்கு எப்படி தெரியாம போச்சு.

ரொம்ப சுயநலவாதிடா இந்த உலகத்தில் என்னை மட்டும் தனியா போராட விட்டுட்டுப் போய்ட்டார்.

அவர் ஒரு நாள் கூட குடிச்சதில்லைடா பிரெண்ட் கம்பெல் பண்றாங்க ஒரு முறை மட்டும் டேஸ்ட் பண்ணிப்பாக்கறேன்னு சொன்னார்.

நான் கூடச் சித்து ஊரில் இருந்து வரான் வேண்டாம் இன்னொரு நாள் பார்க்கலாம்ன்னு சொன்னேன்டா கேக்காம குடிச்சுட்டார்டா.

முதல் முறை குடுச்சதால அவரால கண்ரோல் பண்ணமுடியலை, நான் சத்தம் போடப் போட எதிரே வந்த காரில் போய் இடித்து விட்டார்டா.

அவர் காதில் ரத்தம் வந்ததுடா தலையிலும் ரத்தம் கொட்டி அவர் தலை தொங்கிப் போய் இறந்துவிட்டார்டா" என்று கதை சொல்வது போல் தனக்குக் கடைசியில் நடந்த ஞாபகங்கள் எல்லாம் அவன் முன் கொட்டித் தீர்த்து, அவனைக் கட்டிக் கொண்டு கதறி அழுதாள்.

கதவு ஓரத்தில் செண்பகம் முந்தானைச் சீலையை வாய்க்குக் கொடுத்து அழுது கொண்டிருக்க, சாருவும் ரேவதியும் அவள் அருகில் வந்து நின்றார்கள். அவர்களுக்குக் கண்ணீர் தாரை தாரையாக ஓடியது.

யாழ், "அம்மா அம்மா" என்று யசோவை அழைக்க, அந்த அழைப்பு அவளைச் சிலிர்க்க வைத்து, "என் பொண்ணு என் பொண்ணு நான் தினமும் இவளோடு தான் பேசுவேன்.

என்னை அம்மா அம்மான்னு கூப்பிடறதை மட்டும் தாண்டா என்னால கேக்க முடிந்தது" என்று யாழைக் கட்டிக் கொண்டு அழுதாள்.

செண்பகம் முன்னாடி வந்து நின்று, "யசோதா" என்று அழைத்ததும், "அம்மா என்னைப் பார்த்தியா? உன் மருமகன் இல்லாம நான் மட்டும் தனியா வந்திருக்கேன்" என்று அவரைக் கட்டிக் கொண்டு அழுதாள்.

சித்து கலங்கிப் போன கண்களுடன் இருண்டு போன முகத்துடன் எழுந்து போய் கட்டிலில் விழுந்தான்.

அக்காவுக்குச் சரியானது சந்தோஷத்தைக் கொடுத்தாலும், எத்தனை வருஷமா ஒரு அப்பாவி மனுஷனை கோர்ட்டுக்கு இழுத்திருக்கிறேன். அவர் பொண்ணு வாழ்க்கையை நாசம் பண்ணி கல்யாணம்ங்கற பேரில் தாலி கட்டி கூட்டி வந்துட்டேன் என்று அவன் மனம் கலங்கிப் போனது.

எவ்வளவு பெரிய தவறை எவ்வளவு ஈசியா செய்துவிட்டேன், அவனுக்கு இருப்பே கொள்ளவில்லை தன் மனைவியை முகம் கொண்டு பார்க்க முடியாமல் தலை குனிந்து அமர்ந்திருந்தான், கண்ணீர் அவனையும் மீறி வழிந்தது.

அதைப் பார்த்துத் தாங்க முடியாத யாழ், "சித்து" என்று அவனைப் போய் அணைத்துக் கொண்டாள்.

"ஸாரிடி நீ சொன்னது தான் உண்மை என்னை மன்னிச்சுடுடி நான் தவறு செய்து விட்டேன்" என்று புலம்பியவனை,

"நீ எந்த தவறும் செய்யலைடா உன்னை எனக்கு ரொம்ப பிடிச்சிருக்கு, நீ தவறான முடிவெடுத்திருந்தாலும் அதனால தாண்டா நீ எனக்கு கிடைச்சிருக்க அழாதடா, என்னால தாங்க முடியலை" என்று தன் இரு கைகளாலும் அவன் முகத்தைத் தாங்கிக் கொண்டாள்.

பார்த்த அனைவரும் அழுது விட்டார்கள். அவர்கள் இருவரையும் சூழ்ந்து கொண்டு, "சித்து நீ எந்த தப்பும் செய்யலை வருத்தப்படாதே டா, அக்கா இப்பத் தான் சரியாகி இருக்காங்க இந்த சமயத்தில் இதெல்லாம் பார்த்தா வருத்தப்படு- வாங்க" என்றார்கள்.

"நிலா உங்க அப்பா முகத்தில் நான் எப்படி விழிப்பேன் அவர் அவ்வளவு தூரம் சொன்னாரே" என்று அவன் மறுபடியும் அதையே சொல்லி பினாத்திக் கொண்டிருந்தான்.

அவன் அழுவதைப் பார்த்து அதிர்ச்சியான யசோதா, "சித்து நீ அழறையா எதுக்கு அழற அக்காவுக்கு இப்படி ஒரு நிலமை வந்துருச்சுனா.

"மாமா போனா என்னடா நீ இருக்கியே!! எனக்கு மகனா இருந்து எல்லாம் செய்யமாட்டியா? மாமாவும் உன்னை மகன் மாதிரி தாண்டா நினைச்சாரு. நீ தாண்டா எங்க பையன் எனக்கு நீ போதும் டா அழாதடா" என்று தம்பிக்கு ஆறு- தல் சொல்லவும், அவன் "அக்கா" என்று அவளை அணைத்துக் கொண்டான்.

அந்த இடமே உணர்ச்சிப் போராட்டத்தில் குளித்துக் கொண்டிருந்தது.

யார் யாருடன் பேசினார்கள் யாருக்கு ஆறுதல் சொன்னார்கள், எதுக்கு அழு- தாங்க என்று எதுவும் புரியாமல் இழவு வீடு மாதிரி ஆனது.

வீட்டிற்கு வந்த ஆண்கள் யாரையும் காணாமல் அழும் சத்தம் மட்டும் கேட்க- வும், பதறிப்போய் சத்தம் வந்த அறைக்கு வந்து சேர்ந்தவர்களுக்கு இன்ப அதிர்ச்சி காத்திருந்தது.

அக்காவின் தெளிவான பேச்சு அவர்களை வரவேற்றது, அப்படியே மூச்ச- டைத்து நின்றவர்கள், "யசோக்கா" என்று அழைக்க, "கிஷோர் திலீப்" என்று அழைத்தவள் அவர்களுக்குப் பின் கண்ணீருடன் இருந்த தந்தையைப் பார்த்து விட்டு, "அப்பா" என்று ஓடி வந்து கட்டிக் கொண்டாள்.

அழுது சந்தோஷப்பட்டு உணர்ச்சி வசப்பட்டுப் பல வித உணர்வுகளை அந்த அறை பார்த்துக் கொண்டிருந்தது.

எல்லாம் முடிந்து எல்லாம் தெளிந்து கீழே செல்ல வெகுநேரம் பிடித்தது.

சோபாவில் அமர்ந்திருந்த கருணாகரன், "ஏன் மா எங்க ஒருவருடைய நினைவு கூட உனக்கு இல்லையா?" என்று கேட்டார்.

"இல்லப்பா அவர் தலை தொங்கி இருந்தது மட்டும் தான் எனக்கு ஞாபகம் இருக்கு, அதுக்குப் பிறகு என்ன நடந்ததுன்னு எனக்குத் தெரியலை.

இந்த அம்மா ங்கிற குரல் மட்டும் தான் எனக்குப் பழகின மாதிரி இருந்ததுபா" என்றாள்.

சாரு அவளுடைய பெண்ணை அழைத்துக் காண்பிக்கவும், "இவ்வளவு பெரி-சாகி விட்டார்களா? எல்லாருக்குமே குழந்தை இருக்கா? என்று கேட்டாள்.

தர்ஷினி, "பெரியம்மா" என்று அழைத்ததும் அவளுக்கு எவ்வளவு நாட்களை நாம நினைவில்லாமல் இழந்திருக்கிறோம் என்று புரிந்தது.

அவள் கையைப் பிடித்துக் கொண்டு, "இந்தப் பெரியம்மாவை உனக்குத் தெரி-யுதா? எனக்குத்தான் உன்னைத் தெரியாத போச்சு" என்று வருத்தத்துடன் சொன்-னாள்.

எல்லார் குழந்தைகளையும் அழைத்துக் காட்டி எல்லாரும் சந்தோஷமாக பேசிக் கொண்டிருக்கவும், "சித்துவுக்கு ஏப்பக் கல்யாணம் ஆச்சு அவனுக்குக் குழந்தை இல்லையா?" என்று கேட்டாள்.

செண்பகம் சித்து செய்ததையெல்லாம் சொல்லவும் அவளுக்கு அவனை நினைத்து கண்ணீர் பெருகியது.

"சித்து என்ன தான் இருந்தாலும் ஒரு பொண்ணை நீ இப்படிக் கல்யாணம் பண்ணிட்டு வந்து இருக்க கூடாது, எல்லாம் எனக்காக பண்ணிட்ட நாம உங்க மாமனார் கிட்டப் போய் மன்னிப்பு கேட்கலாம் உன் கூட நானும் வரேன்" என்-றாள்.

"கண்டிப்பா போய் கேக்கணும் அக்கா இந்த மருமகனாள அவர் பட்ட கஷ்டம் கொஞ்ச நஞ்சமல்ல, மருமகனாகறக்கு முன்னாடியே அவரைப் படுத்தி எடுத்துட்-டேன்" என்றான் வேதனையுடன்.

பின் யாழ் நிலாவை அழைத்து, "நீ தங்கமான பொண்ணு மா சித்து உனக்கு இப்படி ஒரு பெரிய துரோகத்தைச் செய்திருந்தாலும், நீ என்னை நல்லமுறையில் பார்த்திருக்க. உன்னுடைய அம்மா அந்த அழைப்பு தான் என்னை என் உணர்-வுகளை மீட்டுக் கொடுத்தது. நீ எப்போதும் என் பொண்ணு தாண்டா" என்றாள் நெகிழ்வுடன்.

"கண்டிப்பா அம்மா நா உங்க பொண்ணு தான் உங்களால்தான் சித்து எனக்கு கிடைச்சிருகான்" என்றாள் சந்தோசத்துடன்.

எல்லார் மனநிலையும் சந்தோசத்துடன் இருக்க, சித்து மட்டும் கிஷோரிடமும் திலீபனிடமும் ஜாடை காண்பித்துவிட்டு மேலே சென்றான்.

அவன் பின்னே யாரும் கவனிக்காத வண்ணம் அவர்கள் இருவரும் மேலே சென்றார்கள்.

"அண்ணா வாங்க நாம போய் அக்கா அறையில் ரொம்ப சீக்கிரமா எல்லாம் மாத்திடுவோம். அக்கா அங்கிருக்கிற சங்கிலி எல்லாம் பார்த்தால் மனசு வேதனைப் படுவாங்க" என்றான்.

"ஆமாம்டா எங்களுக்கு இது தோனாம போச்சு சீக்கிரம் வா" என்று அவர்கள் அந்த அறைக்குச் சென்று, அங்கு இருப்பதை எல்லாம் தூக்கிக் கொண்டு போய் மொட்டை மாடியில் போட்டு விட்டு அறையைக் கழுவி சுத்தம் செய்தார்கள்.

சித்து அவனுக்குத் தெரிந்த பர்னிச்சர் கடையில் இருந்து, மரக்கட்டில் ட்ரெஸ்ஸிங் டேபிள் சேர் என்று அந்த ரூமை அழகுபடுத்த என்னென்ன தேவையோ அத்தனையும் வரவழைத்தான்.

கொஞ்ச நேரத்திலேயே எல்லாம் வந்து இறங்க அந்த அறையில் கொண்டு போய் அழகாக அடுக்கி வைத்தார்கள்.

அந்த அறை இப்பொழுது அழகாக காட்சி தந்தது. அன்று சித்து கல்யாணத்திற்குக் கூடப் போகாமல் அக்கா கூடவே இருந்து பேசி சிரித்து ரொம்ப நாள் கழித்து நிம்மதியாக உணர்ந்தார்கள்.

இரவு சாப்பிட்டுவிட்டு அக்காவை அவர்களுடைய அறைக்கு அழைத்துச் செல்ல, அதைப் பார்த்தவளுக்கு எல்லாமே புதிதாகத் தெரிந்தது. அவளுடைய நினைவுகளில் இந்த அறை வேற மாதிரி இருந்ததாக மங்கலான ஞாபகம் வந்தது.

சிரித்துக்கொண்டே, "அதுக்குள்ள எல்லாம் மாத்திட்டீங்களா?" என்றாள் அவர்களும் சிரித்துக் கொண்டார்கள்.

"அக்கா இன்னைக்கு எங்க கூடவே வாங்க நாம ரெண்டு பேரும் பேசி எவ்வளவு நாளாச்சு" என்று அந்த அறையில் படுக்க விடாமல் தன் அறைக்கு அழைத்துச் சென்றுவிட்டான் சித்து.

அக்காவும் தம்பியும் விடிய விடியக் கதை பேசியதைச் சந்தோஷத்துடன் கேட்டுக்கொண்டிருந்தாள் யாழ், அவளையும் அறியாமல் தூங்கி விட்டாள்.

வெகு நாட்களுக்குப் பிறகு அந்த வீட்டில் எல்லோர் மனதிலும் அமைதி குடிகொண்டிருந்தது. அதுவும் சித்து ரொம்ப சந்தோசமாக உணர்ந்தான்.

அக்காவும் தம்பியும் எவ்வளவு நேரம் பேசினார்களோ அவர்களும் அப்படியே உறங்கிப் போனார்கள்.

13

அத்தியாயம் 13

யாழ் அழகாகப் பட்டுப் புடவை உடுத்தி கண்ணாடியில் தன்னையே திருப்பித் திருப்பி பார்த்துக் கொண்டிருந்தாள்.

சட்டை எடுத்துப் போட்டுக் கொண்டு மனைவியைப் பார்த்துக் கொண்டே வந்த சித்து, "நீ எத்தனை முறை திருப்பித் திருப்பி பார்த்தாலும் இருக்கிறது தான் இருக்கும்" என்றான் கேலியாக.

"அது எனக்குத் தெரியாதா? நானே கல்யாணம் ஆகி இத்தனை நாள் கழிச்சு இப்பத்தான் பிறந்த வீட்டுக்குப் போறேன், எங்க அம்மா அப்பா மனசு நிறைகிற மாதிரி அழகா போகனும்" என்றவள் பார்வை அவன் சட்டை மேல் படியவும்,

அவசரமாக, "இரு இரு எதுக்கு இந்தச் சட்டையைப் போட்ட இது உனக்கு நல்லாவே இல்லை, போய் வேற டிரஸ் போடு" என்று விரட்டினாள் அவனை.

"இது நல்லாத்தானே இருக்கு" என்றவனைப் பிடித்துத் தள்ளிக் கொண்டு சென்றவள், கதவைத் திறந்து ஒரு சட்டையை அவன் மேல் வைத்துப் பார்த்தாள்.

மனசுக்கு எதுவுமே திருப்தி கொடுக்காமல் போக, மேலடுக்கில் எட்டிப்பார்த்த-வள் கண்ணில் பட்டு வேஷ்டியும் சட்டையும் பட்டது.

அதை எடுத்துக் கொடுத்துப் போடச் சொன்னாள், "ஏய் மன்னிப்பு கேட்க போறதுக்கு எல்லாம் பட்டு வேஷ்டி சட்டை ஓவர்டி இது வேண்டாம்" என்றான்.

"இல்லை இதைத் தான் போடணும்" என்று பிடிவாதம் பிடித்துப் போட வைத்-தாள். கண்ணாடியில் அவனோடு சேர்ந்து நின்று ஜோடிப் பொருத்தம் எப்படி இருக்கிறது என்று பார்த்துத் திருப்தி பட்டுக் கொண்டாள்.

அப்போது, "என்ன கிளம்பிட்டீங்களா?" என்று கேட்டுக்கொண்டே உள்ளே வந்த யசோதாவிடம், "அம்மா எங்க ரெண்டு பேர் ட்ரஸ்ஸூம் எப்படி இருக்கு" என்று கேட்டாள்.

" இப்பத் தான் கல்யாணம் ஆன மாதிரி அழகா இருக்கீங்க, என் கண்ணே பட்டுடும் போல" என்று திருஷ்டி கழித்தார்.

"சரி சரி கிளம்பலாம் நேரமாச்சு வாங்க" என்று அக்காவையும் மனைவியையும் அழைத்து விட்டு முன்னே சென்றான் சித்து.

எல்லோரும் தயாராக வரவேற்பறையில் இருந்தவர்கள், "என்னடா அவங்க ரெண்டு பேரும் எங்கே" என்றார் செண்பகம்.

"வராங்க நீங்க எல்லாரும் போய் காரில் ஏருங்க நான் வீட்டைப் பூட்டிவிட்டு வரேன்" என்று சொல்லி எல்லாரையும் அனுப்பி வைத்தான்.

கொஞ்ச நேரத்தில் மனைவியும் அக்காவும் வந்ததும் அவர்களிடம், "போய் கார்ல ஏறுங்க" என்றான்.

அவர்கள் இருவரும் காருக்குச் சென்று விடச் சித்து வீட்டைப் பூட்டி விட்டு காருக்குச் சென்றான்.மூன்று காரில் அனைவரும் நிலாவின் பிறந்த வீட்டிற்குக் கிளம்பினார்கள்.

ஏற்கனவே தகவல் சொல்லியிருந்ததால் வாசலிலேயே காத்துக் கொண்டிருந்-தார்கள் அனைவரும். காரை விட்டு இறங்கியதும் வரவேற்றவர்கள், சித்துவையும் யாழ்நிலாவையும் ஒன்றாக நிற்க வைத்து, சித்ராவும் அபிநயாவும் ஆரத்தி சுற்றி-னார்கள்.

சுத்தி முடித்ததும், "அம்மா அண்ணி" என்று எல்லாரையும் சந்தோஷத்துடன் கட்டிக்கொண்டாள் யாழ். அவளுடைய அந்த துடிப்பான பேச்சே அவள் எவ்வளவு சந்தோஷமாக இருக்கிறாள் என்று அவளுடைய குடும்பத்தாருக்கும் புரிந்தது.

விமலும் வருணும் சித்துவின் கையைப் பிடித்துக் கொண்டு, 'வாங்க மாப்-பிள்ளை" என்று அழைத்துச் சென்றார்கள். அனைவரும் உள்ளே சென்றார்கள்.

யாழைப் பார்த்ததும் அதிதி, "அத்தை" என்று ஓடி வந்தாள். அவளைத் தூக்-கிக் கொண்டு, அதிதி குட்டி இவ்வளவு நாள் அத்தை இல்லாம தேடுனியா? குட்டி தம்பி எங்கே" என்று கொஞ்சினாள்.

அவளுடைய அப்பாவுக்கும் அம்மாவுக்கும் பழைய மகளைப் பார்த்த மாதிரி இருந்தது. மனசு நிறைந்து போனார்கள்.

அவர்கள் யசோதாவிடம் சென்று, "இப்போ உடம்பு பரவாயில்லையாமா?" என்று நலம் விசாரித்தார்கள்.

"பரவாயில்லைங்க" என்றவள் எழுந்து இரு கைகளையும் அவர்கள் முன்பு கூப்பி, "என் தம்பி செய்த தவறுக்கு நான் உங்ககிட்ட மன்னிப்பு கேட்கிறேன், என் தம்பி மேலும் எந்தத் தவறும் இல்லை.

என் கணவருக்குத் தண்ணியடிக்கும் பழக்கம் இல்லை. ஆக்சிடெண்ட் ஆனா அன்று தான் முதல்முறையாக நண்பர்கள் வற்புறுத்தியதால் சாப்பிட்டார். அதுவே விபத்துக்குக் காரணம் ஆயிருச்சு" என்று சொல்லும் போது அவளுக்குக் கண்

கலங்கிவிட்டது.

வசந்தி அவளுடைய கைகளைப் பிடித்துக் கொண்டே, "என்னம்மா மன்னிப்பெல்லாம் கேட்கற, பெரிய வார்த்தை எல்லாம் சொல்ற, அதை நாங்க மறந்துட்டோம். நீ குணமானதே எல்லாருக்கும் சந்தோஷம்.

என் பொண்ணும் மாப்பிள்ளையும் கல்யாணமாகி இப்பத்தான் மறுவீடு வந்து இருக்காங்க. அதனால நாங்களும் சந்தோசமாக இருக்கோம் பழசு எதுவும் வேண்டாமே" என்றாள் பிரகாசும் அதே மாதிரி சொன்னார்.

" இல்லை மாமா தப்பு தான், நீங்க எவ்வளவு தூரம் எடுத்துச் சொன்னீங்க, நான் புரியாமல் இப்படிப் பண்ணிட்டேன் என்னை" என்று சொல்லும் போது,

"அதான் அப்பாவே பரவாயில்லைன்னு சொல்லிட்டாங்களே இல்லப்பா" என்றாள் யாழ்.

மகள் மாப்பிள்ளையைத் தன்னிடம் மன்னிப்பு கேட்க விடாமல் தடுத்ததிலேயே மகளின் மனநிலையைப் புரிந்து சிரித்துக் கொண்டவர், "அதை விடுங்க மாப்பிள்ளை" என்று பேச்சை வேறு திசைக்கு மாற்றினார்.

பின் விருந்து உபசாரம் களைகட்டியது. சாரு, ரேவதி, சுதா, மூன்று பேரும் ரொம்ப நல்ல மனுசங்க நம்ம சித்து கொடுத்து வைத்தவன் என்று பேசிக் கொண்டார்கள்.

விருந்து முடிந்து மாலையில் அனைவரும் கிளம்பும் போது, "சம்பந்தி பொண்ணு மாப்பிள்ளை இருந்துட்டு வரட்டுமே, இப்பத்தான் முதல் முதல்ல வந்து இருக்காங்க" என்றார் தயக்கத்துடன் பிரகாஷ்.

கருணாகரனும் மகனைப் பார்க்க, அவன் பார்வை மனைவியிடம் சென்றது .அதில் தெரிந்த தவிப்பு அவனைச் சரி என்று சொல்ல வைத்தது யாழ் சித்து தவிர மற்றவர்கள் அனைவரும் கிளம்பினார்கள்.

அடுத்த கொஞ்ச நேரத்திலேயே சித்துக்குத் தேவையான துணியிலிருந்து எல்லா பொருளும் வந்து சேர்ந்தது.

வரவேற்பறையில் அமர்ந்திருந்த யாழிடம் கொடுத்து, "இந்தா பப்பிமா இதெல்லாம் மாப்பிள்ளைக்கு வாங்கினது, மாப்பிள்ளையை உன் ரூமுக்குக் கூட்டிட்டுப் போ" என்றார் பிரகாஷ். அதை வாங்கிக்கொண்டு கணவனுடன் தன் அறைக்குச் சென்றாள்.

மனைவியின் அறையை வியப்புடன் பார்த்தவன், "ரொம்ப நீட்டா இருக்கு பார்க்கவே அழகா இருக்கு" என்றான்.

"எனக்கு அறை சுத்தமா இருந்தால் தான் பிடிக்கும்" என்றவள், "இந்தா வேறு துணி மாத்திக்க என்று கவரைக் கொடுத்தாள்.

அதை வாங்கிப் போய் வீட்டுக்கு போடும் டிராக் சூட்டை எடுத்து போட்டுக் கொண்டு வந்து அவள் முன்பு அமர்ந்தான்.

அவள் கையைப் பிடித்துக் கொண்டு, "நான் உன்கிட்ட ஒன்னு கேட்கனும் நீ என்னைத் தவறா நினைப்பையோன்னு ரொம்ப நாளா தயங்கிட்டே இருந்தேன் இப்பக் கேக்கட்டுமா?" என்றான் அவள் விழிகளையே ஊடுருவிப் பார்த்தபடி.

"அப்படி என்ன விஷயம் நீ இவ்வளவு பில்டப் கொடுக்கற அளவுக்கு. இதுக்கெல்லாம் நாள் நட்சத்திரம் பார்த்தா கேட்பாங்க கேளு எனக்குத் தெரிந்ததைச் சொல்றேன்" என்றாள்.

"அது வந்து உன் கல்யாணத்துல தான் நான் உன்னைக் கல்யாணம் பண்ணிட்டேன். அப்போ நீ உங்க அத்தை பையனை காதலிச்சியா? இதைக் கேக்கனும்னு நிறைய நாள் நினைப்பேன், ஆனா நீ ஆமான்னு சொல்லிருவியோன்னு பயம் அதான் கேக்கலை.

இந்த சந்தேகம் தான் என்னை உன்கிட்ட நெருங்க முடியாம தள்ளி நிறுத்துது" என்றான் கேட்டு முடித்து விட்டு அவள் கண்ணைப் பார்த்தான்.

அவனையே பார்த்துக் கொண்டிருந்தவள், "இதுக்கு நான் என்ன பதில் சொல்லனும்னு எதிர்பார்க்கற" என்றாள்.

"உண்மையைச் சொல்லு" என்றான்.

"எனக்கும் மிதுனுக்கும் பெரியவங்க ஏற்பாடு பண்ணிய கல்யாணம். எனக்கு இன்னும் கொஞ்ச நாள் கல்யாணம் பண்ணிக்காம எங்க வீட்லையே சொகுசா இருக்கனும்னு நினைச்சேன், வீட்லையும் சொல்லிப் பார்த்தேன்.

அவங்க தான் மிதுனைக் கல்யாணம் பண்ணிட்டா நீ எப்ப வேணாலும் நம்ம வீட்டுக்கு வந்து, எவ்வளவு நாள் வேணாலும் தங்கிட்டுப் போகலாம்னு சொன்னாங்க.

அதனால இந்தக் கல்யாணத்துக்கு சரின்னு சொன்னேன். மத்தபடி நான் மிதுனை மட்டும் இல்லை யாரையும் காதலிச்சது இல்லை" என்று சொல்லி முடித்தது தான் தெரியும்.

என்ன நடந்தது என்று உணரும் போது கட்டிலில் அவனுக்குக் கீழே இருந்தாள்.

"ஏய் என்னடா பண்ற" என்றாள். "இந்த ஒரு வார்த்தைக்காகத் தாண்டி காத்துகிட்டு இருந்தேன்" என்று சொல்லி, அவள் கழுத்து வளைவில் தன் முகத்தை வைத்து அழுத்தி அதில் பல் தடம் படியுமளவிற்குக் கடித்து வைத்தான்.

"டேய் அப்ப நான் உன்னைக் காதலிக்க வேண்டாமா? நான் வேற யாரையும் காதலிக்காம இருந்தால் மட்டும் போதுமா?" என்றாள் சிணுங்கலுடன்.

"நீ என்னைக் காதலிக்கறது தான் தெரியுமே, உங்க அப்பாட்ட என்னை மன்னிப்பு கூட கேட்க விடலையே" என்று ஒரு புருவத்தை உயர்த்தி கண்ணைச் சிமிட்டியதும்,

கண்டு பிடிச்சுட்டானா? நாம பேச்சு வாக்கில் இடையில புகுந்த மாதிரி தானே பேசினோம், என்று யோசித்துக் கொண்டிருந்தவளை அதற்கு மேல் யோசிக்க விட-வில்லை.

இத்தனை நாள் தாபத்தையும் மொத்தமாக அவளிடம் தீர்த்துக் கொண்டிருந்-தான்.

இரவு உணவுக்குப் போன் வரவும், வேண்டாம் என்று சொல்லி விட்டு, விட்ட இடத்திலிருந்து பள்ளியறைப் பாடத்தைத் தொடர்ந்தார்கள் இருவரும்.

அந்த அறையில் மெல்லிய சிணுங்கள் ஒலி மட்டுமே விடிய விடியக் கேட்டுக் கொண்டிருந்தது.

ஒரு வாரம் அம்மா வீட்டில் தேனிலவு கொண்டாடி விட்டு ஊருக்குக் கிளம்-பினார்கள்.

அவர்கள் இருவரின் நெருக்கத்தைப் பார்த்தவர்களுக்கு இவர் தான் தன் பொண்ணுக்குச் சரியான மாப்பிள்ளை என்று தோன்றியது பிரகாஷிற்கு.

ஊருக்கு வந்தவளை யசோதா பிடித்துக் கொண்டாள். இருவரும் சேர்ந்து அந்த ஊரையே வலம் வந்தார்கள்.

நான் பார்க்கும் போது இது இப்படி இருந்துச்சு என்று ஒவ்வொன்றையும் நினைவு கூர்ந்தாள் யசோதா.

இப்படியே நாட்கள் நகர யாழ் கன்சீவாக இருந்தாள். மொத்தக் குடும்பமும் சந்தோஷத்தில் திளைத்துப் போனது.

அதுவும் யசோதா அவளைத் தாங்கு தாங்கு என்று தாங்கினாள்.

அவளுடைய அப்பா, அம்மா, அண்ணன், அண்ணி என்று மொத்தக் குடும்-பமும் சீர் தட்டோடு வந்து இறங்கியது.

எல்லாம் முடிந்து அவர்கள் சென்றதும் தனிமையில் மனைவியைப் பார்க்கவே அவனுக்குப் பெரிய போராட்டமாகவே இருந்தது.

அவள் வயிற்றில் மென்மையாக முத்தமிட்டவன், "ரொம்ப சந்தோஷமா இருக்-குடி" என்றான் கண்கலங்க.

"எனக்கும் தான்" என்று வெக்கத்துடன் சொன்னவள், அவன் நெற்றியில் முத்-தம் பதித்தாள்.

இருவரும் ஒருவரை ஒருவர் அணைத்துக் கொண்டு அந்த இனிமையான தருணத்தை ஆழ்ந்து அனுபவித்தார்கள்.

குழந்தை பிறக்கும் வரை யசோதா அவளை எந்த வேலையும் செய்ய விடாமல் பார்த்துக் கொண்டாள்.

எத்தனை பேர் இருந்தாலும் யாழுக்கு யசோதா தான் வரவேண்டும், இப்படி-யாக எல்லார் கவனிப்பிலும் யாழ் அழகாக மெருகேறிக் கொண்டிருந்தாள்.

அவர்களுக்கு அழகான பெண் குழந்தை பிறந்தது. அன்று இருவருமே எல்லையில்லாத சந்தோஷத்தை அடைந்தார்கள்.

ஒருவர் கையை ஒருவர் பிடித்தபடி, "குழந்தை பனித்துளி மாதிரி அழகா இருக்குடி, மென்பனின்னு பேர் வைக்கலாம்டி" என்றான் ஆசையுடன் குழந்தையை வருடிக் கொண்டே.

அவளும் சம்மதத்துடன் தலையாட்டினாள். பிரகாஷ் மகளைத் தன் வீட்டுக்கு அழைத்துச் செல்ல, யாழ் யசோதாவையும் இழுத்துச் சென்றாள்.

குழந்தைக்குப் பால் கொடுக்க மட்டும் தான் குழந்தையைத் தூக்குவாள், பின் முழு நேரமும் யசோதா தான் பார்த்துக் கொள்ள வேண்டும்.

யாழ் அவள் குடும்பத்தோடு அரட்டை அடிக்கப் போய் விடுவாள். இப்படியே தாய் வீட்டில் சீராடிக் கொண்டிருந்தாள். சித்து இரண்டு நாளுக்கு ஒரு முறை வந்து செல்வான்.

ஒன்பது மாதம் கழித்து குழந்தையையும் மனைவியையும் அழைத்துச் செல்ல மொத்தக் குடும்பமும் வந்தது.

சந்தோஷத்துடன் கணவன் வீட்டுக்குச் சென்றாள் யாழ். யசோதா தான் குழந்தையைத் தூக்கிக் கொண்டு வந்தாள்.

தங்கள் அறையில் குழந்தைக்குத் தொட்டில் கட்டி இருப்பதைப் பார்த்தவள், "அம்மா அறையில் இதைக் கட்டு" என்றாள்.

ஏன் என்பது போல் பார்த்த சித்துவிடம், "உனக்கு அடுத்த குழந்தை வேண்டாமா? இதே போதுமா?" என்றாள் மையலுடன் பார்த்துக் கொண்டே.

"அதுவும் வேணும் இதுவும் இருக்கட்டும்" என்றான் மனைவியை அணைத்தபடி.

"அதெல்லாம் முடியாது இது யசோம்மா தான் பாரத்துப்பாங்க" என்று அவள் அறைக்குக் குழந்தை பொருட்களை எல்லாம் மாற்றினாள்.

சித்து மனைவியையே பார்க்க, "சித்து யசோமாவுக்கு இந்தக் குழந்தையைக் கொடுத்தரலாம், என்ன தான் ஒரே வீட்டில் இருந்தாலும் அவங்க தனிமையை உணருவாங்க.

இதே குழந்தை அவங்க கூட இருந்தால் அவங்க இந்த மாதிரி நினைக்க மாட்டாங்க" என்றவள்,

குழந்தையைத் தூக்கிப் போய் யசோதாவிடம், "அம்மா இந்தாங்க இவ இனி உங்க பொறுப்பு நீங்க தான் இவளுக்கு எல்லாம்" என்றாள்.

அதைப் பார்த்த எல்லாரும் அதிர்ந்து நின்றார்கள். யசோதா பதற்றத்துடன், "என்ன யாழ் உன் பொண்ணு உன்கிட்ட தான் இருக்கனும்" என்றாள்.

"அம்மா என் பொண்ணா? இவ பிறந்ததிலிருந்து பால் கொடுத்ததைத் தவிர நான் வேற எதுவும் செய்யலை. இனி அதுவும் கொடுக்க மாட்டேன் உங்க

பொண்ணை உங்க பொண்ணாவே வளர்த்துங்க. நானும் சித்துவும் தலையிடமாட்-டோம்" என்றவளை, அத்தனை பேர் இருக்காங்கன்னு கூடப் பார்க்காமல் கண்-ணீருடன் அணைத்துக் கொண்டான் சித்து.

"தேங்ஸ்டி" என்றான்.

"என்ன சித்து நீயும் அவளோடு சேர்த்துகிட்ட இப்படிச் சொல்ற" என்றாள் யசோதா கண்ணீருடன்.

"அவள் சரியா தான் சொல்லி இருக்கா அக்கா, இனி மென்பனி உன் குழந்தை நாங்க எதிலும் தலையிடமாட்டோம்" என்றான்.

யசோதா கண்கலங்கக் குழந்தையை அணைத்து முத்தமிட்டாள். அவள் அணைப்பிலேயே உரிமை உணர்வு வெளிப்பட்டது.

அந்த குடும்பத்தில் எல்லார் பார்வையிலும் சித்துவும் யாழும் உயர்ந்து நின்-றார்கள்.

சாரு, யாழ் கையைப் பிடித்துக் கொண்டு, "உன் மனசுக்கு நீ ரொம்ப நல்லா இருக்கனும்" என்றாள்.

செண்பகம், "என் மகள் வாழ்க்கையில ஒரு பிடிப்பைக் கொடுத்திருக்க, எங்க எல்லாரையும் விட நீ உயர்ந்துட்ட மா" என்று அவளை அணைத்துக் கொண்டு கதறி அழுதாள்.

எல்லாரையும் தேற்றி அனுப்பி விட்டு அவர்கள் அறைக்கு வந்ததும் மனை-வியை, கட்டிலில் அமர்த்தி அவள் மடியில் படுத்துக் கொண்டவன், "இனி தின-மும் என்னைக் கொஞ்சி சாப்பாடு ஊட்டி தூங்கவைடி நானும் உனக்குக் குழந்தை மாதிரி தானே" என்றான்.

"ஆமாம் பின்ன எனக்கு அதை விடப் பெரிய வேலை என்ன இருக்கு" என்-றவள், சந்தோஷத்துடன் அவன் இதழில் கவிதை எழுதிக் கொண்டிருந்தாள் யாழ்.

என் எழுத்தை வாசித்து என்னை இவ்வளவு தூரம் வளர்த்து விட்ட அனைத்து வாசகத் தோழமைகளுக்கும் நன்றிகள்

என்றும் பிரியங்களுடன்

கவிதா அன்புசெல்வன்

ஆசிரியரின் பிற நூல்கள் மின்நூல்களாகவும் பேப்பர் புத்தகமாகவும் கிடைக்கும்

அழைத்தால் வருவேனென்று நினைத்தாயோ
விதியினும் வலியது காதல்
காதல் கண்ணனின் ராதையவள்
என் தேடல் நீ அன்பே
சிற்பிவரம்பன்
உன் முகமே ராசிதான்
மனசெல்லாம் ஷெண்பகப் பூ
சிந்தாமல் நின்றாடும் செந்தேனே
வரமாய் வந்த வெண்ணிலவே
நெய்தலின் காதல் அலைகள்
காதலுடன் காத்திருக்கும் சிபந்தி கிரகம்
என் நினைவே நீயானாய்
காதல் வரம் தர வாராயோ கண்ணம்மா
முரண்படாத கவிதை நீ
உறைபனியில் உறைந்த வெண்பனி
வாராயோ வண்ணமயில்
தேடி வந்த தென்றலே
பாவையின் விழிகளும் மொழி பேசுமே
நிழலில் ஆடும் நித்திலமே
ஒரு ஜீவன் துடிக்குது
விழியோடு உறவாடு
தாயிமையிலும் விஷமுண்டு (குறுநாவல்)
காதல் கணங்கள் (சிறுகதை தொகுப்பு)
தொடர்புகொள்ள - kavianbu1029@gmail.com

CPSIA information can be obtained
at www.ICGtesting.com
Printed in the USA
BVHW041418040623
665300BV00001B/115

9 798889 230236